கொரோனா கதைகள்

இந்தத் தலைமுறையின் மறக்க
முடியா வருடங்களில் சிலரின் வாழ்வு

ச.விஜயவெங்கட்ராமன்

Made with ♥ on the Notion Press Platform
www.notionpress.com

கொரோனா காலத்தில் தங்கள் இன்னுயிரை இழந்தவர்கள், இறக்கும் தருவாய் வரை சென்று மீண்டவர்கள், எண்ணற்ற இன்னல்களுக்கு உள்ளானவர்கள், மனிதாபிமானத்தோடு பலருக்கும் பல விதங்களில் உதவிய நல்லுள்ளங்கள் அனைவருக்கும் இந்தப் புத்தகம் சமர்ப்பணம்

பொருளடக்கம்

முன்னுரை

உலகம் படு வேகமாக அறிவியல், அரசியல், கலை, பொருளாதாரம் என்று எல்லா கோணங்களிலும் காலில் சக்கரம் கட்டிக்கொண்டு, நிற்க நேரமில்லாமல் பல நூறு வருடங்களாகச் சீறிப் பாய்ந்து கொண்டிருந்து, திடீரென்று எல்லாம் நின்று விட்டதைப்போல ஒரு தோற்றத்தை உண்டாக்கியது கொரோனா பெருந்தொற்று. ஒரு நூறாண்டுகளின் அனுபவங்களை இரண்டு ஆண்டுகளில் உலகம் கண்டது. எத்தனை பாடுகள், எத்தனை வேதனைகள்! கொரோனா பறித்தது பல உயிர்களை மட்டும் அல்ல, பலரின் வாழ்வையும் தான். கொரோனா பெருந்தொற்று பரவிய இந்த இரண்டு ஆண்டுகளில் சிந்தப்பட்ட கண்ணீரை சேமித்திருந்தால், ஒரு நதி போல நாட்டிலே ஓடியிருக்கும்.

பல மனிதர்களின் முகங்கள் கவசத்தினால் மறைக்கப்பட்டிருந்தாலும், அவர்களின் உண்மையான முகங்களை வெளிக்கொணர்ந்த பெருமை கொரோனாவைச் சாரும்.

உதாரத்துவம் மிக்கவர்கள் என்று நினைத்த பலர் தேர்ந்தெடுத்த சுயநலவாதிகளாக வெளிப்பட்டனர்;

அன்பே உருவானவர்கள் என்று தோன்றிய பலர் கோர மிருகங்களின் குணமுடையவர்களாக வெளிப்பட்டனர்;

எப்போதும் சபித்துக் கொண்டிருந்தவன் உதவி செய்கிறான், நிச்சயம் உதவுவான் என்று நம்பின நண்பன் உதறிச் செல்கிறான்;

கிருமி பயத்தில் மனைவியும் பத்தடி தள்ளியே நிற்கிறாள்;

சொந்த நாட்டிற்கு வந்தால் பிழைக்கச் சென்ற நாட்டிற்குத் திரும்பச் செல்ல முடியாது என்று ஊட்டி வளர்த்த பெற்றோரை உயிரோடு இருக்கும் போதும் அனாதைகளாக்கி, இறந்தபின்னும் அனாதைப் பிணங்களாக மாற்றின மாண்புமிக்க பிள்ளைகள்;

ஒற்றை வருமானத்தை நம்பி இருந்தவர்கள் எப்படி வாழ்வார்கள் என்று சிறு கவலையும் இல்லாமல் சம்பளம் தர மறுத்த தகைசால் நிறுவனங்கள்;

உயிரைக் காக்க வேண்டிய மருத்துவ சேவை லாபமீட்டும் வியாபாரமாக மலிந்து உயிர்களைக் குடித்த கொடூரம்;

பச்சிளம் குழந்தைகள் இமைக்கும் பொழுதில் அனாதைகளான அகோரம்;

நடுத்தர வயது பிள்ளைகளை இழக்கக் கொடுத்த பெற்றோர் இருந்தும் இறந்தது போல் நடமாடும் சோகம்;

எரிய நினைத்தபோதே திரியை அழுத்தி அணைத்ததைப் போல, படிப்பைப் பாதியில் நிறுத்த வேண்டிய கட்டாயத்துக்கு உள்ளான மாணவர்கள்;

திருமணமான பல ஆண்டுகளுக்குப் பின்பு தங்கள் துணைகளின் சுயரூபத்தைக் கண்டு, இத்தனை ஆண்டுகள் படுகுழியில் இருந்ததை ஒரு கண நொடியில் உணர்ந்தபோது பட்டென்று உடையும் கண்ணாடியைப் போல் எந்த முன்னறிவிப்புமின்றி முறிந்த உறவுகள்;

பிறப்பிலிருந்து இறப்பு வரை வாழ்வின் எல்லா நிலைகளிலும் எப்படிப் பணம் பண்ணலாம் என்று மட்டுமே எண்ணும் பணம்தின்னிப் பட்சிகளின் அட்டகாசம்;

இந்த எல்லா நாற்றங்களின் நடுவிலும் தன்னிலை மாறாது நறுமணம் வீசிய நல்லுள்ளங்கள்;

இன்னும் எத்தனை எத்தனை வாழ்வுகள், எத்தனை எத்தனை கதைகள். அப்படிப்பட்ட கதைகளின் ஒரு வகைக்கூறு தான் இந்தப் பன்னிரண்டு (புனைவு) சிறுகதைகள்.

மறதி மனித குலத்தின் மிகப்பெரிய வரம்; மிகப்பெரிய சாபமும் மறதி தான். கொரோனா காலங்களில் பார்த்த, படித்த, கேட்ட, அனுபவித்த, வாழ்ந்த பல அனுபங்களில் சிலவற்றையாவது வரலாற்றின் ஒரு சிறு பக்கத்தில் கிறுக்கியாவது வைத்துவிட வேண்டும் என்ற மடமையின் வெளிப்பாடு தான் இந்த என் முதல் தமிழ் சிறுகதைப் புத்தகம்.

உங்கள் அரிய நேரத்தின் சிறிய பகுதியையாவது பெறுவேன் என்ற நம்பிக்கையில்...

முனைவர் ச. விஜயவெங்கட்ராமன் PhD
பேராசிரியர்,
இயந்திரவியல் மற்றும் உயிரிப் பொறியியல் துறைகள்,
நியூ யார்க் பல்கலைக்கழகம் அபு தாபி,
ஐக்கிய அரபு அமீரகம்.

31 சனவரி 2024

நன்றி

உயிர் கொடுத்த இறை

கல்வி பெற உழைத்த அன்னை

அன்பு செலுத்தும் மனைவி

என் உள்ளமெல்லாம் களிப்புறச் செய்யும் என் சுட்டிப் பெண்

1

திருமணம்

"மணி அஞ்சாயிடுத்து, இன்னும் தூங்கிண்டிருக்கா பாரு. புக்காத்துல என்னதான் திட்டுவா, என்ன பொண்ண வளர்த்துருக்கானு"

மங்களம் மாமி காத்தாலேயே தன் புராணத்தை தொடங்கிவிட்டாள்.

"கோந்தை இன்னும் எத்தனை நாள் நம்மாத்துல இருக்க போறா? தை முடியறது, மாசி மாசம் முஹூர்த்தம். நம்மாத்துல இருக்கற வரைக்கும் கொஞ்சம் தூங்கினா என்ன இப்போ?"

மகளுக்கு வழக்கம்போல வக்காலத்து வாங்கினார் மாதவன் மாமா.

"பொண்ண சொன்னா உடனே வந்துடுவேளே! போங்கோ, போய் பால் வாங்கிண்டு வர வழிய பாருங்கோ!"

"அப்பாக்கும் பொண்ணுக்கும் மத்தில நான் மாட்டிண்டு முழிக்க வேண்டிருக்கு."

"மஞ்சப்பை எடுத்துண்டேளா? அப்பறம் பிளாஸ்டிக் பைக்கு வேற 2 ரூவா தண்டம் அழணும்"

ஷ்ருதியின் சிந்தனையில் மூழ்கியிருந்தார் மாதவன். ப்ரோக்ராம் செய்த ரோபோவைப்போல தன்னிச்சையாக சட்டை மாட்டிக்கொண்டு மஞ்சப்பை எடுத்துக்கொண்டு பால் வாங்க கிளம்பினார்.

மாதவன் மங்களம் தம்பதியின் ஒரே மகள் ஷ்ருதி. இருபத்தியேழு வயது. மாநிறம், மேடான நெற்றி, தீட்சண்யமான மூக்கு, பெரிய கண்கள், சொப்பு வாய். நல்ல கல்லூரியில் பி.டெக் முடித்துவிட்டு, அமெரிக்காவை தலைமையிடமாகக் கொண்ட மென்பொருள் நிறுவனத்தில் சென்னையில் வேலை செய்துகொண்டிருக்கிறாள்.

மாதவன் அரசு ஆசிரியர், அடுத்த வருடம் ஓய்வு பெறப்போகிறார். அதற்குள் மகளின் திருமணத்தை முடித்துவிட வேண்டும் என்று நினைத்து, உழைத்து, அந்த நாள் நெருங்கிவிட்டதென்று நினைக்கும்போது, ஒருபுறம் மகிழ்ச்சி, மறுபுறம் மகளைப் பிரியப் போகிறோமென்ற வருத்தம்.

பெரிய வசதி ஒன்றும் இல்லாத நடுத்தர குடும்பங்களில் ஒன்று தான் மாதவனின் குடும்பம். மங்களம் வழி வந்த ஒரு சொந்த வீடு, ஓய்வு பெற்றதும் சமாளிக்க வங்கியில் கொஞ்சம் நிரந்தர வைப்புத் தொகை. மகளின் திருமணத்திற்கென்று கொஞ்சம் தங்கம், வெள்ளி பாத்திரங்கள், வெண்கல சாமான்கள், திருமண செலவிற்கென்று சேர்த்து வைத்த பணம். சிக்கலில்லாத வாழ்க்கை இதுவரை.

மங்களம் நல்லவள். படபடவென்று பொரிந்து தள்ளுவளே தவிர, மனதில் ஒன்றும் இருக்காது. கிடைக்கிற நேரங்களில் ஊறுகாய் வடகங்கள் போட்டு விற்பாள். எப்போதாவது சமையல் உதவிக்கு செல்வாள். "சும்மா இருக்கறதுக்கு, ஏதோ நம்மால முடிஞ்சத பண்ணினா ரெண்டு காசாவது சேர்த்து வெக்கலாமே" என்பாள்.

செல்லப்பெண் ஷ்ருதி படிப்பில் படு சுட்டி. நன்றாக பாடுவாள், நல்ல குரல்வளம். கல்லூரி இறுதி வகுப்பு முடிக்கும்போதே மங்களம் திருமண பேச்சை எடுத்துவிட்டாள்.

"எல்லாம் அந்தந்த காலத்துல செஞ்சுடணும், நல்லத தள்ளிப் போடப்படாது" என்று மாதவனை நச்சரிக்க ஆரம்பித்தாள். மாதவனுக்கு அது சரியென்று பட்டபோதும், இவ்வளவு சீக்கிரம் மகளை விட்டு பிரிய மனமில்லை. ஷ்ருதியும் "இப்போ தான மா final year, இப்போவே ஏம்மா ப்ராணனை வாங்கற? கொஞ்ச நாள் போட்டும் மா" என்று கெஞ்சுவாள்.

மங்களத்திற்கு மட்டும் மகளைப் பிரிய ஆசையா என்ன? அதை வெளிக்காட்டிக்கொள்ளாமல், "அடுத்த மாசமேவா கல்யாணம் நடக்கப்போறது? இப்போ வரன் பாக்க ஆரம்பிச்சாதான், ரெண்டு வர்ஷத்துலயாது நடக்கும். பாக்கறதுல என்ன இருக்கு?" என்று தன் பிடியில் நிற்பாள்.

இப்படியே ஒன்றும் செய்யாமல் ஒரு வருடம் கடந்தது. ஷ்ருதி படிப்பை முடித்தாள், வளாக தேர்வில் (campus interview) நல்ல நிறுவனத்தில் வேலைக்குத் தேர்வானாள். மாதவனும் மங்களமும் ஷ்ரு-

தியின் ஜாதகத்தை கையில் எடுத்தார்கள்.

முதலில் தெரிந்தவர்களிடம் சொல்லி வைத்தார்கள். நாட்கள் கடந்தது, ஒன்று இரண்டு வரன்கள் வந்தது, ஆனால் பொருந்தவில்லை. வரனைப் பிடித்தால், ஜாதகம் சேரவில்லை; ஜாதகம் சேர்ந்தால் வரனைப் பிடிக்கவில்லை. ஜாதகமும் சேர்ந்து வரனும் பிடித்தால், குடும்பம் பிடிக்கவில்லை.

ஷ்ருதிக்கு ஜாதகத்தில் எல்லாம் நம்பிக்கையில்லை. "எப்போவோ யாரோ சொன்னத இந்த விஞ்ஞான காலத்துலேயும் பிடிச்சுண்டிருப்பாளா? ஜாதகம் பாத்து கல்யாணம் பண்ணிண்டவா எல்லாம் நல்லாவா இருக்கா? இல்ல பாக்காம கல்யாணம் பண்ணிடவா எல்லாம் அழிஞ்சு போய்ட்டாளா?" என்பாள்.

"நோக்கு என்னடி தெரியும்? எல்லாம் தெரிஞ்ச மாதிரி பேசாத! பெரியவா சும்மா சொல்லி வெச்சுட்டுப் போல" - மங்களம் மகளின் வாயை அடைப்பாள்.

"ஒன்ன விட நேக்கு நெறய விஷயம் தெரியும். கோளறு பதிகத்துல ஞானசம்பந்தர் என்ன பாடிருக்கார் தெரியுமா?

"வேயுறு தோளிபங்கன் விடமுண்ட கண்டன்
மிகநல்ல வீணை தடவி
மாசறு திங்கள்கங்கை முடிமேல் அணிந்தென்
உளமே புகுந்த அதனால்
ஞாயிறு திங்கள்செவ்வாய் புதன்வியாழன் வெள்ளி
சனிபாம்பு இரண்டும் உடனே
ஆசறு நல்லநல்ல அவைநல்ல நல்ல
அடியார் அவர்க்கு மிகவே."

அப்படின்னா, உண்மையா கடவுள தொழறவனுக்கு எல்லா கிரஹமும் நல்லதுதான் பண்ணும்னு சொல்றார்! அப்போ ஞானசம்பந்தர் பொய் சொல்றாரா?"

மங்களம் சூடானாள், "இப்படி விதண்டாவாதம் பேசிண்டிருந்தா, வர வரனும் வராம போய்டும். எல்லாம் உங்க அப்பா கொடுக்கற இடம்" - கோபத்தை மாதவனிடம் திருப்பினாள்.

“சரி சரி, எல்லாம் நல்லதே நடக்கும்.” சமாதானம் செய்தார் மாதவன்.

மங்களத்திற்கு மனது ஆறவேயில்லை.

"பாருங்கோ எப்படி பேசறான்னு! நீங்களாவது எடுத்து சொல்லப்படாதா? கடவுளே, அவளுக்கு நல்ல புத்திய கொடுங்கோ!" பெருமூச்சு விட்டாள் மங்களம்.

அம்மா ஏதோ கத்துவாள் என்றுதான் நினைத்தாள், அவள் இப்படி அழுவாள் என்று எதிர்பார்க்கவில்லை. அம்மாவின் இந்த எதிர்வினையை எதிர்பார்க்காத ஷ்ருதி அதற்குப்பின் இப்படிப் பேசுவதைத் தவிர்த்தாள்.

ஓரிரு மாதத்தில் ஒரு வரன் வந்தது. ஆனந்த் அமெரிக்காவில் பணிபுரியும் ஒரு மென்பொருள் பொறியாளர். சென்னையை பூர்விகமாகக் கொண்டது ஆனந்தின் குடும்பம். அப்பா, அம்மா, ஒரு தம்பி. அப்பா ஓய்வு பெற்ற வங்கி மேலாளர், அம்மா கணக்காளர், தம்பி இறுதி ஆண்டு கல்லூரி மாணவர்.

ஜாதகம் பொருந்தியது, ஆனந்தின் புகைப்படம் Whatsapp மூலம் மாதவனுக்கு அனுப்பப்பட்டது. மாதவனுக்கும் மங்களத்துக்கும் வரனை மிகவும் பிடித்துப்போனது. ஷ்ருதிக்கும் ஆனந்தைப் பிடித்திருந்தது. முதலில் பெற்றோர்கள் பேசிக்கொண்டார்கள்; பின்னர் வதுவும் வரனும் காணொளி மூலம் பேசிக்கொண்டார்கள்.

ஓரிரு வாரங்களில் முடிவாயிற்று. ஆனந்திற்கும் ஷ்ருதிக்கும் திருமணம் செய்வதாக நிச்சயிக்கப்பட்டது. திருமணம் மே மாதம், ஏற்பாடுகள் நடந்து கொண்டிருக்கிறது. மண்டபத்திற்கு முன்பணம் கொடுத்தாகிவிட்டது, புகைப்பட கலைஞர்களுக்கு முன்பணம், மேடை அலங்காரம், உணவு, உறவினர்கள் மற்றும் வெளியூர் விருந்தாளிகளுக்கு தங்குமிடம், மற்ற இத்தியாதி காரியங்கள்.

திருமணத்திற்கு இன்னும் இரண்டு மாதங்கள் தான் இருந்தது. ஷ்ருதி ஒரு வாரம் விடுப்பு எடுத்திருந்தாள், திருமணத்திற்கு வேண்டிய துணிமணிகள், நகைகள் வாங்க திட்டமிட்டிருந்தார்கள். இதையெல்லாம் மனதில் அசை போட்டபடியே பால் வாங்கி கொண்டு வீடு வந்து சேர்ந்தார் மாதவன்.

"பால் வாங்கிண்டு வர இவ்வளவு நேரமா? காஃபி குடிக்காம தலைய வலிக்கறது! சீக்கிரம் கொண்டாங்கோ!" - மங்களம் விடுவிடென்று

பாலை காய்ச்ச அடுப்படிக்குள் நுழைந்தாள்.

காஃபி போட்டு எடுத்து வந்தாள் மங்களம். மாதவன் காஃபியை உறிஞ்சியபடியே தொலைக்காட்சியில் காலை செய்தி பார்த்துக்கொண்டிருந்தார். தனக்கும் ஒரு குவளையில் காஃபி எடுத்துக்கொண்டு வந்து மாதவன் அருகில் உட்கார்ந்தாள் மங்களம்.

"ஏண்ணா, புள்ளையாத்துக்கு phone பண்ணேளா? ஆனந்த் எப்போ அமெரிக்காலேந்து வரார்னு கேளுங்கோ, டிக்கெட் புக் பண்ணியாச்சான்னு விசாரிங்கோ, நாம கேக்கலேன்னு இருக்கப்படாது"

"கேக்கறேன் டி, நானே நெனச்சுண்டு தான் இருந்தேன். அந்த phone-ஐ செத்த எடேன்!"

"இந்தாங்கோ"

"ஹலோ, மாமா நமஸ்காரம், மாதவன் பேசறேன். நன்னா இருக்கேளா? மாமி எப்படி இருக்கா? இங்க ஆத்துல எல்லாரும் க்ஷேமம். ஆமா, ஷ்ருதி லீவு எடுத்துண்டு வந்துருக்கா, இந்த வாரம் purchase கொஞ்சம் முடிச்சுடலாம்னு. ஆனந்த் எப்டி இருக்கார்? Phone பண்ணினாரா? எப்போ வரார்? டிக்கெட் புக் பண்ணிட்டாரா? அப்படியா, சரி மாமா, ஆட்டும். மாமி இருக்காளா? ஆத்துக்காரி என்னமோ பேசணும்னு சொன்னா, குடுங்கோ மாமா"

"மங்களம், இந்தா, மாமி பேசறா"

"மாமி, சொல்லுங்கோ மாமி..." மங்களம் பேசிக்கொண்டே குடித்த காஃபி குவளையை எடுத்துக்கொண்டு சமயலறைக்குள் நுழைந்தாள்.

மாதவன் மீண்டும் செய்தியில் மூழ்கினார்.

ஷ்ருதி அவதி முடிந்து கிளம்பினாள்.

வழக்கம் போல் மங்களம் கண்ணீர் வடித்தாள். மாதவன் வழக்கம் போல் சமாதானம் செய்தார், "என்னைக்கு இருந்தாலும் இன்னொருத்தர் ஆத்துக்கு போய்தானே ஆகணும், இதுக்கே அங்கலாய்ச்சுண்டேன்னா எப்படி, விடு. சமையல் ஆச்சா? என்ன பண்ணினே இன்னைக்கு?" என்று மங்களத்தின் கவனத்தை வேறு பக்கம் திருப்பினார்.

"வத்தக் குழம்பும் உருளக் கிழங்கு கறியும் பண்ணிருக்கேன், அப்பளம் வேணுமா?" கேட்டுக்கொண்டே மாதவனின் பதிலுக்கு காத்திராமல் உள்ளே சென்றாள்.

நாட்கள் உருண்டோடியது.

ஜனவரி பிப்ரவரி மாதங்களில் கொரோனா பற்றிய செய்திகள் அங்கொன்றும் இங்கொன்றுமாக வந்துகொண்டிருந்தது. Whatsapp பல்கலைக்கழகத்தில் பல அறிய தகவல்கள் பரவ ஆரம்பித்தது. அப்பொழுது மாதவனுக்கு அது ஒரு செய்தியாக மட்டுமே இருந்தது. ஏதோ கிருமி எங்கேயோ இருக்கும் சீனாவில் பரவிக்கொண்டிருக்கிறது என்றளவில் தான் இருந்தார்.

மெல்ல இந்திய அரசாங்கம் கொரோனா பற்றிய செய்திகள் வெளியிட ஆரம்பித்தது.

ஒரு வழக்கமான காலைப் பொழுது, காஃபி குடித்துக்கொண்டே செய்திகளை கேட்டுக்கொண்டிருந்தார். கொரோனா காரணமாக விமான சேவைகள் அனைத்தும் தாற்காலிகமாக ரத்து செய்யப்படுகிறது என்ற செய்தி மாதவனை விழிப்புறச் செய்தது. தொலைக்காட்சிப் பெட்டியின் சத்தத்தைக் கூட்டினார். திருமணத்திற்கு இன்னும் ஒன்றரை மாதம் தான் இருக்கிறது. மாப்பிள்ளை எப்படி வருவார் என்ற கவலை கொஞ்சம் எட்டிப் பார்த்தது.

எப்படி சம்பந்தி வீட்டில் கேட்பது என்று தயங்கி தயங்கி ரெண்டு நாள் ஓடியது. சம்பந்தி வீட்டிலும் அதே தயக்கம்.

ஒரு வழியாக தயக்கங்கள் கடந்து, இருவீட்டாரும் தங்களைத் தாங்களே தேற்றிக் கொண்டார்கள். "15 நாளுக்குத் தானே cancel பண்ணிருக்கா? அப்புறம் எல்லாம் நார்மல் ஆயிடும்" என்று மாற்றி மாற்றி சொல்லிக்கொண்டார்கள்.

15 நாட்கள் கடந்தது, விமான சேவை ரத்து இன்னொரு 15 நாட்களுக்கு நீட்டிக்கப்பட்டது. 15 நாட்கள் 30 நாட்கள் ஆனது, மாதங்கள் உருண்டோடியது. என்ன செய்வது என்று யாருக்கும் தெரியவில்லை.

மங்களம் நம்பியிருந்த ஜோதிடமும் அவளைக் கைவிட்டதைப் போல உணர்ந்தாள். ஒருவேளை ஷ்ருதி சொன்னது சரி தானோ? இந்த வருடம் நிச்சயம் திருமணம் நடக்கும் என்று குடும்ப ஜோதிடர் சொன்னாரே! கொரோனா வரும் என்று ஒரு ஜோதிடர் கூடவா கணிக்கவில்லை?

மாதங்கள் உருண்டோடியது தான் மிச்சம். விமான சேவைகள் ஒன்றும் ஆரம்பிப்பதாகத் தெரியவில்லை.

மண்டபத்திற்குக் கொடுத்த முன்பணம் திரும்பத் தரப்படவில்லை, தேதி மாற்றம் செய்யப்பட்டால் அப்பொழுது பார்க்கலாம் என்று சொல்லிவிட்டார்கள். மற்ற இடங்களில் கொடுத்த எந்த முன்பணமும் திருப்பிக்

கொடுக்கப்படவில்லை. அவர்களிடம் கேட்கவும் சங்கடமாக இருந்தது. அவர்கள் எந்த நிலைமையில் இருக்கிறார்கள் என்று வேறு தெரியாது.

என்ன செய்வதென்று தெரியாமல் விழி பிதுங்கி நின்றார் மாதவன். மங்களத்தின் நிலைமையை சொல்லவே தேவையில்லை. எதை யோசித்து கவலைப்படுவது என்று தெரியவில்லை. திருமணம் எப்பொ-ழுது நடக்கும் என்று கவலைப்படுவதா? மீண்டும் திருமணம் நடந்தால் பணத்திற்கு என்ன செய்வது என்று கவலைப்படுவதா? இந்த இடை-வெளியில் சம்பந்தி வீட்டாரோடு ஏதாவது மனக்கசப்பு ஏற்பட்டுவிட்டால் என்ன செய்வது? ஷ்ருதிக்கும் ஆனந்திற்கும் ஏதாவது கருத்து வேறு-பாடு வந்துவிட்டால் என்ன செய்வது? இதற்கிடையில் உறவினர்களின் கேள்விகளும் நோண்டல்களும்!

அமெரிக்காவில் கொரோனா பெருந்தொற்றாக மாறியிருந்தது.

இந்த எல்லா கவலைகளுக்கும் முடியாக வந்து விழுந்தது ஒரு பேரிடி!

கொரோனா கொடுங்கோலன் ஆனந்தின் உயிரைப் பறித்துவிட்டான்.

இடிந்து போனார்கள் இருவீட்டாரும்.

பிள்ளையை இழந்த கொடுமை ஒரு புறம், இறந்த பிள்ளையின் முகத்தைப் பார்க்க முடியுமோ என்ற எண்ணம் மறுபுறம்.

மாதவனின் வேதனை பன்மடங்காயிருந்தது. நிச்சயித்த மாப்பிள்ளை இறந்த துக்கம்; மணாளனாய் நினைத்திருந்தவன் வெறும் நினைவாகிப்-போன பிரிவுத்துயரில் வாடும் மகள்; திருமணத்திற்கு முன்னே உடைய-வனின் உயிரை காவு வாங்கிய 'இராசியில்லாதவள்' என்று தன் மகள் மீது பட்டம் சுமத்தக் காத்திருக்கும் உற்றத்தாரும் சுற்றத்தாரும்! எப்-படி எதிர்வினை ஆற்றுவதென்றே தெரியாமல், பித்துப்பிடித்தவள் போல இருக்கும் மங்களத்தை என்ன சொல்லித் தேற்றுவது? இது எல்லாவற்-றிலும் இருந்து மனம் மீண்டு வந்தாலும், மீண்டும் திருமணம் செய்ய பணம் எப்படி வரும்?

கண்ணுக்கே தெரியாத ஒரு கிருமி இத்தனை பெரிய கொடுமையை சாதாரணமாகச் செய்துவிட்டது!

என்ன செய்வது? வாழ்ந்து தானே ஆக வேண்டும்? வாழ்ந்து தான் ஆக வேண்டுமா என்ற எண்ணமும் அவ்வப்போது எழாமல் இல்லை.

நாட்கள் கடந்தோடியது. ஷ்ருதி மீண்டு வர நீண்ட நாட்கள் ஆனது.

ஷ்ருதி மீண்டு வரப் பெரிதும் உதவியவன் ஷ்ருதியின் சக ஊழியன். நொந்து கிடக்கும் பெற்றோரை மேலும் நோகடிக்க முடியாமல் தவித்தபோது, எதை போட்டாலும் எதிர்வினை ஆற்றாமல் விழுங்கிக்கொள்ளும் நெருப்பு போல் அவன் தான் உள்வாங்கிக் கொண்டான். பிரிவால் வாடும் பெண்களை கவர்ந்து கொள்ள வேண்டும் என்ற ஒரே நோக்கத்தோடு கண்ணீர் துடைக்கும் கயவர்கள் கூட்டத்தில் அவன் இல்லை.

தோள் கொடுக்கும் தோழனாக நிமிர்ந்து நிற்பவன் தோள்களில் சாய்ந்து கொண்டால் என்னவென்று முதலில் நினைத்தவள் ஷ்ருதி தான்! தன் நண்பனிடம் தன் எண்ணத்தைச் சொன்னபோது, தெளிவாக மறுத்தான்.

முதல் காரணம் சொன்னான்: "இதற்காக இந்த நோக்கத்தோடு நான் உனக்கு உதவவில்லை", "அது எனக்குத் தெரியும்" என்றாள் ஷ்ருதி.

மறு காரணம் சொன்னான்: "நாங்கள் வேறு, நீங்கள் வேறு, குடும்பமும் சமூகமும் ஏற்காது", "எனக்கு உன்னை பிடிச்சிருக்கு, உன் மனமும் குணமும் பிடிச்சிருக்கு, உனக்கு என்னை பிடித்திருக்கிறதா சொல்" என்றாள். நீண்ட மௌனத்திற்குப் பிறகு, "யோசித்துத் தீர்க்கமாக ஒரு முடிவு எடுப்போம்" என்றான்.

இருவரும் தனித்தனியே யோசித்தார்கள், பின்னர் சேர்ந்து யோசித்தார்கள், ஒரு நல்ல முடிவை எடுத்தார்கள்.

ஷ்ருதி தன் விருப்பத்தை அப்பாவிடம் சொன்னாள். சுற்றம் என்ன குற்றம் சொல்லும் என்ற கவலை ஒருபுறம் இருந்தாலும், இடிந்து போன மகள் மீண்டு வந்து வாழ விரும்புகிறாள் என்ற சந்தோஷம் அவரை மறுப்பு ஏதும் தெரிவிக்கவிடவில்லை.

மங்களம் அதிர்ந்து போனாள். "நேக்கு என்ன சொல்றதுன்னே தெரிலேண்ணா! கோந்தை ஏற்கனவே நெறய பட்டுடுத்து, இது எங்க போய் விடும்ன்னே தெரியலே" என்று புலம்பத் தொடங்கினாள்.

"வர்ணாக்கிரமம் பண்ணப்படாதுனு சொல்லிருக்காளே, இது தப்பில்லையாண்ணா, ஷாஸ்த்ரம் ஏத்துக்குமா" என்று மாதவனின் கண்களை உற்று நோக்கிச் சின்னப் பிள்ளை போல் கேட்டாள்.

சற்றும் யோசிக்காமல் மாதவன் சொன்னார்: "பன்னிரண்டு ஆழ்வார்கள்லே அஞ்சு பேர் வேற வர்ணம் தான்! ஏன், சுரதானியை துலுக்க நாச்சியா பகவானும் பக்தாளும் ஏத்துக்கலையா? யார் ஏத்துண்டாலும் ஏத்துக்காட்டாலும், நம்ம பொண்ணு சந்தோஷமா இருப்பாங்கிற அந்த

ஒரு நம்பிக்கை போதாதா? முழு மனசோட இத நடத்திக் கொடுப்போம்."

மங்களம் மறுவார்த்தை ஏதும் பேசவில்லை. வேதனையோடு வடித்த கண்ணீரிலே சற்று ஆனந்தம் கலந்திருப்பதாகத் தோன்றியது அவளுக்கு.

நன்மைவிரும்பிகள் சிலர் மட்டும் அழைக்கப்பட்டு, வீட்டிலேயே ஷ்ருதியின் திருமணம் நிறைவாக நடந்து முடிந்தது. அந்த நன்மைவி-ரும்பிகளில் ஆனந்தின் பெற்றோரும் அடக்கம்.

"கொரோனா பேரிடர் காலத்தில் திருமணம் செய்ய காத்தி-ருந்தவர்கள் அடைந்த துன்பங்கள் சொல்லி மாளாது. நிச்ச-யித்த பல திருமணங்கள் நின்று போயிற்று - சில மரணங்க-ளால், பல மனஸ்தாபங்களால்! ஷ்ருதியின் வாழ்க்கை என் புனைவு என்பதால் மறுவாழ்வு கொடுத்தேன். ஆனால் நிஜ-வாழ்வில் பலர் வாழ்விழந்தார்கள் என்பது சொல்லித் தெரி-யவேண்டியதில்லை. அப்படிப்பட்டவர்களுக்கு இந்தக் கதை அர்ப்பணம்!"

2

பிறப்பு

திருமணமாகிப் பல நாட்கள் குழந்தை இல்லாதவர்களுக்குத் தான் தெரியும் குழந்தையின் அருமை.

மஹிமாவுக்குக் குழந்தைகள் என்றால் கொள்ளைப் பிரியம். மஹிமாவுக்கும் மகேஷுக்கும் திருமணமாகி எட்டு ஆண்டுகள் ஆனபோதும் குழந்தை பாக்கியம் இல்லை.

"மகேஷ், எனக்கு சொந்தக்காரங்ககிட்ட பேசறதுக்கே பயமா இருக்கு. என்ன பேசினாலும் சுத்திமுத்தி இன்னும் குழந்தை இல்லையான்னு அதே கேள்விக்கு வந்து நிக்கறாங்க! நமக்குக் கல்யாணமாகி ரெண்டு வருஷம் தானே ஆச்சு? இப்பல்லாம் மூணு வருஷமோ அஞ்சு வருஷமோ கழிச்சுத்தானே குழந்தை பெத்துக்கறாங்க."

ஆறு வருடத்திற்கு முன் மகேஷிடம் நடந்த உரையாடல் நினைவுக்கு வந்தது. மஹிமாவும் மகேஷும் கல்லூரித் தோழர்கள். ஒருவரை ஒருவர் புரிந்துகொண்டவர்கள். நல்ல மனமுதிர்ச்சி அடைந்தவர்கள். காதல் என்பதின் பொருள் இன்று மாறியிருக்கிறது. அதனால் அவர்களைக் காதலர்கள் என்று இன்றையப் பொருளில் அழைக்க முடியுமா என்று தெரியவில்லை. அவர்களுடைய காதல் ஒரு கவித்துவமான காதல் இல்லை; "ரொமான்டிக் லவ்" என்று சொல்ல முடியாது. அவர்கள் சில்மிஷங்கள் செய்ய சினிமாவிற்குச் சென்றதில்லை, நல்ல படங்களைப் பார்த்து ரசிக்கச் சென்றிருக்கிறார்கள்...

அவர்கள் பெற்றோர்கள் அவர்கள் திருமணம் செய்துகொள்ள மனப்பூர்வமாய்ச் சம்மதித்தார்கள். பல இஷ்டமித்ர பந்துக்கள் எதிர்ப்பையும்,

முறுமுறுப்பையும், முகக்கோணல்களையும் மீறி அவர்கள் திருமணம் இனிதே நிறைவேறியது.

காதல் கவித்துவமாய் இல்லாதிருந்தாலும் வாழ்க்கை அர்த்தமுள்ளதாய் அமைந்தது. இல்லறம் இனித்தது. மஹிமா ஒரு குழந்தை வேண்டிக் காத்திருந்தாள். ஒரு வருடம் உருண்டோடியது.

இருவரும் மென்பொருள் நிறுவனங்களில் பணி செய்துகொண்டிருந்தார்கள். படித்த இந்திய இளைஞர்கள் பெரும்பாலோர் வேறெங்கு பணி செய்வார்கள்? குழந்தை பற்றிய எண்ணம் மஹிமாவுக்கு இருந்தாலும், ஒரு வருடம் தானே ஆயிற்று என்று தன்னைத் தானே தேற்றிக் கொண்டாள். மெல்ல அம்மா ஆரம்பித்தாள், "அந்தந்தக் காலத்துல அதது நடக்கோணும் கண்ணு" என்று. மஹிமாவுக்கு உடனே புரிந்தது. மௌனத்தையே பதிலாகத் தந்தாள்.

மகேஷின் அம்மா அடுத்தது ஆரம்பித்தார்கள். இப்படிப் பேசுவது கேட்பது எல்லாம் மகேஷுக்குப் பிடிக்காதென்று தெரிந்து, மகேஷ் இல்லாத சமயம் பார்த்து மஹிமாவிடம் பேசினார்கள்.

"கேக்கறனேன்னு தப்பா நெனைக்காத சாமி, இந்த காலத்து புள்ளைங்க எல்லாம் கொழந்த பெத்துக்கறத தள்ளி போடறாங்களாமே, அப்பிடி எதுவும் பண்றீங்களா கண்ணு? வேலை, ப்ரோமோஷன் எல்லாம் ஒரு பக்கம் கெடக்குது சாமி, தூக்கி கொஞ்சறதுக்கு ஒரு கொழந்த வேண்டாமா? அவன்கிட்ட கேட்டா ஏதாது பேசிப்போடுவான்னு தான் உங்கிட்ட கேக்கறேன் கண்ணு."

"அப்படியெல்லாம் ஒன்னும் இல்லைங்க அத்தை", வந்த அழுகையை வராமல் அடக்கி, வராத வார்த்தையை வலுக்கட்டாயமாய் வரவழைத்துப் பதிலளித்தாள்.

"சேரி கண்ணு, எல்லாம் உங்க நல்லதுக்குத் தான் சொல்றேன். வயசான காலத்துல பேரபுள்ளைகள பாக்கோணும்னு எங்களுக்கும் ஆசை இருக்காதா சாமி?" என்று பெருமூச்சு விட்டவாறே பேச்சை முடித்தாள்.

மஹிமா உள்ளுக்குள் புழுங்கினாள். அவளுக்கு மட்டும் ஆசை இல்லையா என்ன? சக தோழிகள் தங்கள் பிள்ளைகளின் சேட்டைகளைச் சொல்லி மகிழும்போது, எத்தனை முறை ஏங்கியிருப்பாள்? நிகழ்ச்சிகளுக்குச் செல்லும்போது குழந்தைகளைக் கண்டு ஆனந்தப்படுவாள், தனக்கு ஒன்று இல்லையே என்று ஆதங்கமும் படுவாள்.

மகேஷிடம் இதை எப்படிச் சொல்லுவது? என்னவென்று சொல்லுவது? அவளுக்குத் தெரியும் மகேஷும் இதைப் பற்றி நினைக்காமல் இல்லையென்று. புரிந்துகொண்டவர்கள் மத்தியில் வார்த்தைகள் பல நேரம் அர்த்தமற்றதாய் இருக்கும். சில நாட்கள் வருத்தம் இருந்தாலும், வேலைப்பளு மற்றும் இதர கவனசிதறல்களால் கொஞ்சம் பாரம் குறைந்தது.

2 வருடங்கள் முடிந்தது, இப்போது அம்மாவும் அத்தையும் மட்டுமல்ல, உறவினர்களும் மெதுவாகப் பேசத் தொடங்கினார்கள். தங்களுடைய வாழ்க்கையின் மைல்கற்களைச் சுற்றத்தார் தீர்மானிக்கிறார்கள் என்ற எதார்த்தம் மஹிமாவிற்கு இப்போது தான் தெரிந்தது. திருமணத்திற்குப் பெரிதாய் அவர்கள் பாடுபட வேண்டியிருக்கவில்லை. மகேஷுக்கு நல்ல நிறுவனத்தில் வேலை, நல்ல பையன், மஹிமாவின் பெற்றோர்கள் சம்மதித்தார்கள். மஹிமா நல்ல படிப்பு, நல்ல நிறுவனத்தில் வேலை, நல்ல அழகு (பெண்ணாயிற்றே! என்ன படித்திருந்தாலும் என்ன திறமை இருந்தாலும், தோற்றம் ஒரு முக்கிய தகுதி! பணமும் சொத்தும் நிறைய இருந்தால், தோற்றத்தில் சமரசம் செய்து கொள்வது சர்வ சாதாரணம்!) - மகேஷின் பெற்றோரும் சம்மதித்தார்கள். வாழ்க்கை தாங்கள் நினைத்தபடி அமைந்தது, இனியும் அப்படியே இருக்கும் என்ற எண்ணம் அவர்களுக்கு.

இவர்கள் எப்போது குழந்தை பெற்றுக் கொள்ள வேண்டுமென்று அவரவர் ஒரு கணக்கு வைத்திருந்தார்கள். அம்மா ஆறு மாதத்தில் மெதுவாய் ஆரம்பித்தாள், அத்தை ஒரு வருடத்தில் ஆரம்பித்தாள். உறவினர்கள் 2 வருடம். உடன் பணிசெய்பவர்கள் 3 வருடம். நாட்கள் உருண்டோடியது, பெற்றோர்கள் உறவினர்கள் நண்பர்கள் எல்லாரும் பேசி அடங்கியிருந்தார்கள்.

அது எப்பவும் அப்படித்தானே? திருமணமாகி 2, 3, 4 ஆண்டுகள் வரை விடாமல் துரத்தும் கேள்விகள் பின் மெல்ல அடங்கிவிடும். இந்த 2, 3, 4 வருடத்தில் கேள்விகளின் தரம் மாறுபடும். முதல் இரண்டு வருடங்கள் மென்மையான கேள்விகள், மூன்றாவது வருடம் கொஞ்சம் வார்த்தைகள் தடிக்கும், நான்காவது வருடத்தில் கடித்துக்குதறுவது போன்ற கேள்விகள். கேள்விகளின் தரம் மட்டுமல்ல, கேள்விகளும் மாறுபடும். "என்ன விசேஷம்?" "ஏதாவது குட் நியூஸ் இருக்கா?" "எப்போ நல்ல சேதி சொல்லப் போற?" - இது முதல் படி. "இன்-

னும் குழந்தை இல்லையா?" "2 வருஷம், 3 வருஷம்னு பிளான் வெச்சுருக்கீங்களா? மகேஷ் ப்ரோமோஷனுக்கு வெயிட் பண்றீங்களா?" - இது ரெண்டாவது படி. "கல்யாணம் ஆகி 3 வருஷம் ஆச்சு, இன்னும் குழந்தை இல்லை, என்ன எதுன்னு டாக்டர்-ஐ போய் பாருங்க" - இது மூன்றாவது படி. "வருஷம் தான் ஓடிட்டு இருக்கு, ஒரு புழு பூச்சி வளர மாட்டேங்கிது" என்று தொடங்கி இன்னும் கேட்கமுடியாத வசைகள் நான்காவது படி. இந்த நான்கு படிகள் கடந்ததும், ஒரு "புறக்கணித்தல்" படிநிலை வரும். கேள்வி ஒன்றும் கேட்கமாட்டார்கள், ஆனால் பார்வைகளும் ஜாடைகளும் ஆயிரம் அர்த்தம் சொல்லும். உறவினர்கள் சரியாகப் பேசமாட்டார்கள், திருமணங்கள் விசேஷங்களுக்குச் சென்றால், தனிமை பரிசாகும். ரொம்ப நாள் பார்க்காத தூரத்து உறவினர்கள் "எத்தனை புள்ளைங்க? எல்லாம் என்ன படிக்குது?" என்று அவர்களாவே முடிவுசெய்து கேட்கும்போது ஏற்படும் வருத்தம். "புறக்கணித்தல்" கழிந்து "ஏற்பு" வரும், கூடவே பரிதாபமும் சேர்ந்து. "என்ன இருந்து என்ன, ஒரு புள்ள இல்லையே" என்று தொடங்கி "பாவம், அவங்களுக்கு அப்படித்தான் எழுதியிருக்கு போல" என்பது வரை.

மஹிமா இப்போது புறக்கணித்தலுக்கும் ஏற்பிற்கும் இடைப்பட்ட நிலையில் இருந்தாள். சென்னையில் பணிபுரிந்து கொண்டிருந்த மஹிமாவும் மகேஷும் பெங்களூருவிற்கு மாற்றல் வாங்கிச் சென்றனர், கொஞ்சம் விலகியிருந்தால் மனநிம்மதி கிடைக்கும் என்று.

மஹிமாவிற்கு அமெரிக்கா செல்லும் வாய்ப்பு வந்தது. மகேஷும் மஹிமாவும் வாய்ப்பைப் பயன்படுத்தி அமெரிக்கா சென்றார்கள். அமெரிக்கா சென்று நான்கு வருடங்கள் ஆயிற்று. குழந்தை இல்லாத குறை மஹிமாவிற்கு இன்னும் இருந்தது. அமெரிக்கா வந்த முதல் இரண்டு வருடங்கள், அமெரிக்கச் சூழலுக்கு மாறுவதிலும் மகேஷுக்கு வேலை தேடுவதிலும் கழிந்தது. அமெரிக்கா செல்கிறார்கள் என்று தெரிந்தவுடன் பெற்றோர்களின் உறவினர்களின் "புறக்கணித்தல்" கொஞ்சம் மாறியது.

அமெரிக்க வாழ்விற்குப் பழகியிருந்த அவர்கள் வாழ்வு ஏற்றத் தாழ்வுகள் இல்லாமல் சென்று கொண்டிருந்தது, கொரோனா பெருந்தொற்று வரும் வரை.

அதுவரை பணிக்குச் சென்றுகொண்டிருந்த இருவரும் வீட்டிலிருந்து பணிசெய்ய ஆரம்பித்தனர். முதல் இரண்டு மாதங்கள் இது புதிதாய் ஒரு விதமாய் இனிமையாய் இருந்தாலும், பின்னர் தனிமை தலைகாட்டத்

தொடங்கியது. மூன்றுவேளை சமைக்கும் வழக்கம் அமெரிக்கா வந்து சில மாதங்களில் நின்றுவிட்டது. உணவு முறையும் மாறிவிட்டது. பதப்படுத்தப்பட்ட உணவுகள் வாழ்வை எளிமையாக்கியது. வாரம் முழுவதும் வேலை, இரவு சிறிது நேரம் உடற்பயிற்சி, பின்னர் தொலைக்காட்சி நேரம், படுப்பதற்கு முன் சில பக்கங்கள் புத்தக வாசிப்பு. ஒவ்வொரு வாரயிறுதியில் ஒவ்வொரு விதமான நிகழ்வுகள். சில வாரயிறுதி நாட்களில் பயணம், சில வாரயிறுதி நாட்களில் இந்தியர்கள் கூட்டமைப்பின் நிகழ்வுகள், சில வாரயிறுதி நாட்களில் சுயமுன்னேற்றப் பயிற்சிப் பட்டறைகள், முதலீட்டுப் பயிற்சிப் பட்டறைகள், பல வாரயிறுதி நாட்களில் சில நண்பர்கள் குழாம் கூடி கொண்டாட்டம். வேறு எதைப்பற்றியும் சிந்திக்கக்கூட நேரமில்லாத வாழ்க்கை அமைப்பு. கொரோனா எல்லாவற்றையும் மாற்றிவிட்டது.

தனிமை அவர்களை வாட்ட ஆரம்பித்தது.

குழந்தைகளைப் பற்றிய எண்ணம் எழுந்து, பின் அது ஏக்கமாக உருவெடுத்தது. மருத்துவ உதவியை நாடினார்கள். மருந்து உதவியதோ, குழந்தை பெற வேண்டுமென்ற உள்ள உறுதி உதவியதோ, தனிமையாகக் கொஞ்சம் வேலைப்பளு குறைந்து வீட்டிலேயே சுற்றி சுற்றி வந்ததாலோ, கடவுள் கிருபையில் மஹிமா உண்டானாள்.

நாள் தள்ளிப்போனது, ஒரு புறம் கொஞ்சம் மகிழ்ச்சி தலை தூக்கினாலும், மறுபுறம் நம்பி ஏமாற்றமடைய மனதில் தெம்பில்லையாதலால் நம்ப மறுத்தார்கள். போன முறை இப்படித்தான் 50 நாட்கள் தள்ளிப்போனபோது குதூகலித்தார்கள்; சுய பரிசோதனைக் கருவி கொண்டு வீட்டில் பரிசோதித்தபோது, மெல்லிய கோடொன்று தென்பட்டது. உறுதியா இல்லையா என்று தெரிந்து கொள்ள வலைத்தளம் முழுவதும் தேடியபோது, மெல்லிய கோடென்றாலும் உறுதி போலத்தான் என்ற முடிவுக்கு வந்து, ஆனந்தக் கண்ணீர் வடித்து, ஆரத்தழுவி, முத்தமிட்டு, மகிழ்ச்சிக் கடலில் மூழ்கியாகிவிட்டது. பெற்றோருக்கும் மற்றோருக்கும் சொல்வதற்கு முன்பு, எதற்கும் ஒருமுறை மருத்துவமனைக்குச் சென்று சோதித்துவிடலாம் என்று முடிவுசெய்து இரத்தப் பரிசோதனை செய்தபோது, கரு உருவாகவில்லையென்று தெரிந்து உடைந்து போனார்கள் இருவரும். ஒன்று இல்லையென்று உறுதியாகத் தெரியும்போது மனம் படும் துயரத்தை விட, எட்டும் தூரத்தில் கிட்டும் போல வந்து விலகிச் செல்லும்போது மனம் படும் பாடு பன்மடங்கு! இல்லாத ஒன்றை இருப்-

பது போல் உணர்ந்து, மகிழ்ந்து, பின் அது இல்லை என்று தெரிந்து, பட்ட துன்பத்திலிருந்து மீள சில வாரங்கள் தேவைப்பட்டது மஹிமா-வுக்கும் மகேஷிற்கும். மீண்டும் அப்படி ஒரு சூழ்நிலையில் தங்களை அவர்களால் கற்பனை கூட செய்து பார்க்க முடியவில்லை.

60 நாட்கள் தள்ளிப்போனது, நம்பிக்கை கொஞ்சம் துளிர்விட ஆரம்பித்தது. எவ்வளவு எதிர்மறையான சூழ்நிலையில் இருந்தாலும், எதிர்காலத்தைப் பற்றிய சிறு நம்பிக்கை, இந்த உலகை இயங்கவைக்கும் சக்திகளுள் ஒன்று. ஒருமுறை ஏமாற்றப்பட்டாலும், அடுத்த முறை வென்றுவிடலாம் என்று சூதாடுபவனே நம்பும்போது, ஒரு குழந்தையை எதிர்பார்க்கும் நம்பிக்கை துளிர்த்தால் என்ன? இன்னும் ஒரு வாரம் போகட்டும், பின்னர் மருத்துவரிடம் செல்லலாம் என்று கொஞ்சம் காலம் கடத்தினார்கள். மனித மனம் போடும் கணக்குகள் விசித்திரமானவை, ஒரு பத்து நாள் கழித்துப் பார்த்தால் இல்லாத ஒன்று கூட தோன்றி-விட வாய்ப்பிருக்கும் என்று மனம் நம்புகிறது; அல்லது இல்லையென்று தெரிந்தால் வரும் ஏமாற்றத்தைத் தடுக்க பரிசோதனையைத் தள்ளிப்போ-டும்படி மனம் நெருக்குகிறது; இன்னொரு புறம் என்றைக்கு இருந்தாலும் தெரிந்ததுதானே ஆகவேண்டும், இப்பொழுதே தெரிந்துகொண்டால் என்-னவென்றும் அதே மனம் கேள்வியெழுப்புகிறது. எல்லாவித மன அலை-களும் ஓய்ந்து, ஒரு சிறு தெளிவு பிறந்தது. போய்ப் பார்த்துவிடலாம் என்று முடிவுசெய்து மருத்துவரிடம் சென்றார்கள்.

"என்னம்மா, இவ்வளவு நாள் என்ன பண்ணிட்ருந்தீங்க? ஒரு வேளை கரு உருவாகியிருந்தால், அதன் மூளை வளர்ச்சிக்கு folic அமிலம் எடுத்துக் கொள்ளவேண்டிய காலம் இது." மருத்துவர் சொல்-லிக்கொண்டே பரிசோதனைகளை செய்தார். மீயொலி வரைவியல் (ultrasound) கருவியை வயிற்றில் வைத்த உடனே மருத்துவர் சொன்னார், "இது தான் உங்கள் குழந்தையின் இதயத்துடிப்பு. கேட்-கிறதா? வாழ்த்துக்கள்!". மஹிமாவுக்குத் தன் காதுகளை நம்ப முடிய-வில்லை.

மகிழ்ச்சிப் பிரவாகத்தில் தன்னிலை மறந்தாள், பித்துப்பிடித்தவள் போல் வெளியே வந்தாள். மகேஷ் வெளியே காத்திருந்தான், மெல்ல வந்து அவன் பக்கம் அமர்ந்தாள். எப்படிச் சொல்வதென்று தெரிய-வில்லை, மகேஷ் மஹிமாவின் முகத்தில் என்ன உணர்வென்றே கண்டு-பிடிக்கமுடியாமல் குழம்பினான்; மெல்லப் புன்னகைத்தாள்; ஒரு கருப்பு

வெள்ளைப் புகைப்படத்தை நீட்டினாள், "இது தான் நம்ம குழந்தை" என்றாள். வைர மோதிரம் போன்ற ஒரு உருவம் தான் இருந்தது அந்த புகைப்படத்தில்! நம்பவும் முடியாமல் நம்பாமல் இருக்கவும் முடியாமல் அந்தர வானில் மந்தாரமாய் மிதந்தான் மகேஷ்.

உடனே பெற்றோர்களுக்குச் சொல்லவில்லை, வீட்டுக்குச் சென்று செய்தியை மென்று ஜீரணித்து உணர்ந்து உய்வடைந்து தன்னிலைக்கு வந்து, "நிஜமாவா மஹிமா? நான் அப்பா ஆகப்போறேனா?" என்று கேட்க, கண்களில் வடியும் கண்ணீரோடும் மனம் நிரம்பி வடியும் ஆனந்தத்தோடும் தலையசைத்தாள்.

பெற்றோர்களுக்குச் சொன்னார்கள், முதல் செய்தியின் மகிழ்ச்சிப் பரிமாறுதல்கள் முடிந்தபின், "செய்யவேண்டியவை செய்யக்கூடாதவை" பட்டியல் வாசிக்கப்பட்டது. செய்தி உலகம் முழுவதும் பரப்பப்பட்டது. இரு வாரங்கள் ஒரே தொலைபேசி அழைப்புகள்! அன்பு, அரவணைப்பு, எச்சரிக்கை, பயமுறுத்தல், பொறாமை, குறுக்குக் கேள்விகள் என்று ஒவ்வொரு அழைப்பும் ஒவ்வொரு விதமாய் முடிந்தது.

குமட்டலும் வாந்தியும் அனுபவித்திராத வேறு அறிகுறிகளும் தொடர்ந்தன. கொரோனா காரணம், பெற்றோர்களோ உற்றோர்களோ எவரும் உதவ முடியாத சூழ்நிலை. பயணம் செய்ய விமான சேவைகள் நிறுத்தம் என்ற முட்டுக்கட்டை; அருகிலிருப்பவர்கள் வரலாம் என்றால் தொற்று ஏற்பட்டுவிடுமோ என்ற அச்சம். பெற்றோர்களிடம் சொன்னால், "அது அப்படித்தான் இருக்கும், ஒன்னு ரெண்டு மாசத்துல சரியாயிடும்" என்று சொன்னார்கள். ஏற்கனவே அனுபவித்தவர்களுக்கு அது "அவ்வளவுதான்" ஆகத்தெரியும், அனுபவியாதவர்களுக்கு அப்படியல்லவே!

ஒருவழியாக சமாளித்து, இப்பொழுது ஐந்தாம் மாதம். மஹிமாவிற்கு லேசான ஜுரம், ஒன்றுமில்லை என்று தான் முதலில் நினைத்தார்கள். பின் ஜுரம் தொடர்ந்தபோது கொஞ்சம் பயந்தார்கள், நாக்கில் சுவை தெரியவில்லை, தொண்டை என்னவோ செய்தது, பதறியடித்து மருத்துவமனை செல்லலாம் என்றால், இந்த அறிகுறிகள் கொரோனா போன்று தெரிகிறது, மருத்துவமனைக்கு வர வேண்டாம், வீட்டிலேயே பரிசோதனை செய்து கொள்ளுங்கள் என்றார்கள். முடிவு பொசிட்டிவ்! அதிர்ச்சியில் உறைந்து போனார்கள் இருவரும்! காத்திருந்து பெற்ற கரு, கொரோனா என்னும் கொடுங்கோலானுக்கு இறையாகிவிடுமோ? உடல் வளர்ச்சிக்கோ மன வளர்ச்சிக்கோ பாதிப்பு ஏற்பட்டுவிடுமோ? இந்த

நூற்றாண்டில் இதுவரை கண்டிராத ஒரு நோயாதலால், மருத்துவர்களுக்கும் இதைப்பற்றிய அறிவு பெரிதாயிருக்கவில்லை.

அந்த இரண்டு வாரங்கள் அவர்கள் அனுபவித்த இன்னல் சொல்லி மாளாது. கொரோனா குணமாகாமல் எந்த மருத்துவரையும் காண இயலாது. குணமாவதற்குச் சரியான மருந்துகள் இன்னும் கண்டுபிடிக்கப்படவில்லை, தடுப்பூசி இன்னும் சோதனையில் இருக்கிறது, குழந்தைக்குப் பாதிப்பு இருக்கிறதா என்று மருத்துவமைக்குப் போனால் தான் தெரிந்து கொள்ளமுடியும். ஆறுதலுக்கு அருகில் யாருமில்லை! தொலைபேசி ஆறுதல் சாய்ந்துகொள்ளும் தோள்களுக்கு என்றும் இணையாகாதல்லவா?

பெரிய பாதிப்புகள் இல்லாமல் கொரோனாவிலிருந்து மீண்டார்கள். கொரோனா கிருமி கருவை எந்தவிதத்திலும் பாதிக்காது என்று பின்னர் மருத்துவர் சொன்னார்கள். குழந்தைகளைக் கொடுமை செய்ய ஒரு கிருமிக்குக் கூட மனமில்லை, சில மனித ஜென்மங்களுக்கு எப்படி மனம் வருகிறதோ தெரியவில்லை!

கொரோனாவிலிருந்து மீண்டு வந்தாலும், குழந்தை பெறும்வரை என்ன பாதிப்புகள் இருக்குமோ என்கிற அச்சம் ஒரு ஓரத்தில் இல்லாமலில்லை. அமெரிக்காவில் இருப்பதில் என்ன நன்மைகள் இருக்கிறதோ, ஒரு அச்சம் உறுதியாய் இருக்கும். நுழைவுச்சான்று (விசா) குறித்த அச்சம். மஹிமாவிற்கும் மஹேஷிற்கும் ஒன்றும் பிரச்சனை இல்லையென்றாலும், பிரசவத்திற்கு மஹிமாவின் பெற்றோர்கள் வரவேண்டுமே! இருவரும் குழந்தையை வைத்துக்கொண்டு எப்படிச் சமாளிக்க முடியும்?

எத்தனை முயன்றும் மஹிமாவின் பெற்றோர்களுக்கு நுழைவுச்சான்று நேர்காணலுக்குத் தேதி கிடைக்கவில்லை. கொரோனா பெருந்தொற்று காரணமாக அமெரிக்கத் தூதரகம் இந்தியாவில் மூடப்பட்டிருந்தது. சோர்ந்து போனார்கள் இருவரும். மிக நெருங்கிய நண்பர்கள் வட்டாரம் அமெரிக்காவில் இருந்தாலும், பெருந்தொற்று அச்சம் மற்றும் கட்டுப்பாடுகள் அவர்கள் உதவி செய்யவிடாமல் தடுத்தது.

பேறு காலம் நெருங்க நெருங்க மஹிமா மிகவும் கஷ்டப்பட்டுப் போனாள். சமூக வலைத்தளங்களுக்கும் இணையத்தளத்திற்கும் நன்றி, மகப்பேற்றை குறித்தும் பிரசவத்தைக் குறித்தும் பல நல்ல பயனுள்ள தகவல்கள், செயல்முறைகள் எல்லாவற்றையும் மஹிமாவும் மஹேஷும் கற்றுக்கொண்டு பயனடைந்தார்கள்.

கடவுள் கிருபையால் குழந்தை நல்ல முறையில் பிறந்தது! வேறு உதவியில்லாமல் எப்படி முதல் ஒரு வருடம் குழந்தையை வளர்க்கப்போகிறோம், கொரோனா காலத்தில் குழந்தை வளர்ப்பு, சமூக இடைவெளியில் குழந்தையின் மனநிலை என்னவாயிருக்கும், கூடிப்பழகும் இயல்புள்ளவர்களாக எப்படிக் குழந்தை வளர்ப்பது - இந்த எந்த கேள்விக்கும் அவர்களிடத்தில் பதில் இல்லை, அதுகுறித்த சிந்தனையும் அப்போது இல்லை. குழந்தை முகம் பார்த்து ஆனந்தித்துக் கொண்டாடிக்கொண்டிருந்தார்கள். தாத்தாக்களும் பாட்டிகளும், மாமன்மார்களும் அத்தைமார்களும், சிற்றப்பாக்களும் பெரியப்பாக்களும், நண்பர்களும் நலம் விரும்பிகளும் காணொளி மூலம் மகிழ்ச்சியில் பங்கெடுத்தார்கள். குழந்தை மெய்யான உலகில் தானே வளர வேண்டும்? மெய்நிகர் உலகில் முடியாதல்லவா?

> *“கொரோனா பெருந்தொற்றுக் காலத்தில் பிள்ளைப்பேறு மிகச் சவாலான விஷயமாயிருந்தது. பிள்ளைப்பேறு இல்லாதவர்கள் பலர் ஒரு குழந்தைக்காய் ஏங்க ஆரம்பித்தார்கள் (தனிமை, வழக்கத்தின் சலிப்பு, வீட்டில் இருந்து வேலை செய்வதின் சலிப்பு என்று பல காரணங்கள்); கர்ப்பிணிகள் பலர் தங்கள் பெற்றோர்களைப் பார்க்க முடியாத அவலம், மகப்பேறு காலத்தில் ஆசைப்பட்டதைச் சாப்பிடமுடியாமல், சமைத்துக் கொடுக்கக்கூட ஆள் இல்லாமல், குமட்டலோடும் வாந்தியோடும் இருவராக (பல நேரங்களில் புரிதல் இல்லாத கணவன்மார்களை வைத்துக் கொண்டு தனிமையாக) போராட வேண்டிய சூழ்நிலை; பிரசவ நேரத்தில் கூட பெற்றோரும் உற்றாரும் உதவி செய்ய முடியாத நிலை; கொரோனாவால் பாதிக்கப்பட்டு உடல்நல சிக்கல்களால் கருவிலேயே குழந்தையை இழக்க நேர்ந்தவர்கள்; கொடுமையின் உச்சமாக தாயும் சேயும் மரிக்க நேர்ந்த அவலங்கள், எல்லா சவால்களையும் கடந்து பிள்ளை பெற்றால், பிராணவாயு பற்றாக்குறையால் இறக்க நேர்ந்த தாய்மார்களும் குழந்தைகளும் என்று பட்டியல் நீண்டு கொண்டே செல்லும். இவைகளைச் சந்திக்க நேர்ந்-*

தவர்களுக்கு இக்கதை அர்ப்பணம்.”

3

இறப்பு

"வாழும்போதுதான் நிம்மதியில்லை, சாகும்போதாவது நிம்மதியா சாகலாம்னா அதுவும் இப்போ முடியாது போல இருக்கு!" - நெஞ்சில் நிறைந்த சோகத்தை அடக்க முடியாமல் வார்த்தைகளாக உதிர்த்தார் லோகநாதன்.

லோகநாதன் நடுத்தர வர்கத்தைச் சேர்ந்தவர். ஒரு தனியார் நிறுவனத்தில் கணக்கராகப் பணி புரிந்துகொண்டிருக்கிறார். ஒரு மனைவி, ஒரு மகள். மனைவியை கொரோனா கொன்றது, மகளை தாய் இறந்த சோகம் மனநிலை தெற்றியவளாக மாற்றியது. தன் சோகத்தை நினைத்துத் தனியாகப் புலம்பிப் புலம்பி, இப்படிப் பலர் தன்னுடைய நட்பு வட்டாரத்தில் இருக்கிறார்கள் என்று அறிந்து, ஒரு வாட்ஸப் குழுவைத் தொடங்கினார் - சோகத்தைப் பகிர்ந்து கொள்வதற்க்கு! முதலில் இது ஒரு கேலியாகவோ, தேவையில்லாத வேலையாகவோ தோன்றினாலும், தீர்க்கமாக யோசித்தபோது, ஒரு அர்த்தமுள்ள சேவையாகத் தென்பட்டது. பலர் முதலில் தயங்கினாலும், ஒவ்வொருவராக அந்தக் குழுவில் அங்கத்தினர்களாகச் சம்மதித்தனர். ஆறுதல் தேடாத மாந்தர்கள் உண்டா?

குழுவில் தயங்கித் தயங்கி ஒவ்வொருவராகத் தங்களை அறிமுகம் செய்துகொண்டனர். பின்னர் நேரில் சந்திக்கலாம் என்ற எண்ணம் சிலருக்குத் தோன்றியது. குழுவில் இணைந்த சிலர். அன்று ஒன்றாகக் கூடியிருந்தார்கள், ஒரு மைதானத்தின் பார்வையாளர் அரங்கின் ஒரு ஓரத்தில், படிகளில் அமர்ந்து கொண்டிருந்தார்கள். பேருக்குச் சிரித்துவிட்டு,

ஒருவர் முகம் ஒருவர் பார்த்து, மௌனமாகவே இருந்தார்கள்.

மௌனத்தை கலைத்தது லோகநாதனின் சொற்கள்: "வாழும்போது-தான் நிம்மதியில்லை, சாகும்போதாவது நிம்மதியா சாகலாம்னா அதுவும் இப்போ முடியாது போல இருக்கு!"

சிலர் லோகநாதனின் முகம் பார்த்தார்கள்; சிலர் தரையைப் பார்த்து அமர்ந்திருந்தார்கள்; சிலர் தூரத்தில் தெரியும் மரங்களைப் பார்த்தவாறு இருந்தார்கள். ஆனால், எல்லாருடைய காதுகளும் உன்னிப்பாய்க் கவனித்துக் கொண்டிருந்தது; பலருடைய இதயங்கள் அந்த வார்த்தைக-ளின் ஆழத்தில் நீந்திக்கொண்டிருந்தது!

சிறிய மௌனத்திற்குப் பிறகு லோகநாதன் தொடர்ந்தார்.

"எங்க சொந்த ஊரு கோயம்பத்தூரு, அங்க தான் வளந்தது, படிச்-சது எல்லாம். எங்க பக்கத்துக் காடு வைதேகி அப்பாவோடது. அதிகமா ரெண்டு பேரும் சேந்து விளையாடியது இல்லேன்னாலும், வைதேகிய ரொம்ப பிடிக்கும். மாட்டுப் பொங்கலுக்கு அவங்க காட்டுக்கு போகும்-போதெல்லாம், மனசு படபடன்னு அடிச்சுக்கும். பட்டுப் பாவாடை கட்டி, நெத்தி சுட்டி வெச்சு கலகலன்னு சிரிக்கும் வைதேகியை பாத்துகிட்டே இருக்கலாம். வைதேகிக்கும் என்ன கண்டா வெக்கம், உள்ளாற ஓடி-ருவா. என்ன மட்டும் பாக்கும் போது தான் அந்த வெக்கமா இல்ல பொதுவாவே வெக்கப்படுவாளான்னு தெரில. தெரிஞ்சுக்கவும் மனசில்ல.

பட்டுப் பாவாடை போயி, தாவணி சுடிதாரு சேலைனு வளந்துக்-கிட்டே போனாலும், என்னப் பாக்கும்போது வந்த வெக்கம் மட்டும் மாறல! படிச்சு முடிச்சுப்போட்டு காட்லயே வேலை செய்யலாம்னு பாத்-தேன், அப்பா ஒத்துக்கல. "

"எங்களுக்குத் தான் தலையெழுத்து, வேற தொழில் தெரியாது. காட்ல என்ன கண்ணு வருமானம் வரும்? நாம தான் செலவு பண்-ணிட்டே இருக்கோணும். நீ வேற பொழப்பு இருந்தா பாரு கண்ணு. நம்ம ராசாத்தி பையன் பட்டணத்துக்குப் போயி நல்லா இருக்கானாம்ல. போன மாசம் கூட புதுசா ப்ளசரு (மகிழுந்து அல்லது கார்) வாங்கிருக்-கறானாம், உன்ற ஆத்தா சொன்னா...."

அப்பா சொல்லை மீற அப்போ நான் கத்துக்கல. புதுசா வந்த வெளிநாட்டுக் கம்பெனியில் வேலை கிடைத்தது, அப்பாவின் ஆசைப்-படியே சென்னை வந்து சேர்ந்தேன். ஊருக்குப் போகும்போதெல்லாம் ஒருமுறையாவது வைதேகியைப் பார்க்க ஆசை. ஏதோ ஒரு சாக்குச்

சொல்லி அவங்க வீட்டுக்குப் போயி பாத்துருவேன்.

வேலைக்குப் போய் 3 வருஷத்துல, கல்யாணப் பேச்சு. வைதேகி அம்மாவுக்கு என்ன ரொம்பப் பிடிக்கும். எனக்கு வைதேகியைப் பிடிக்கும் என்பதும் அவங்களுக்குத் தெரியும். ரெண்டு வீடும் பேசி எங்களுக்கு கல்யாணம் ஆச்சு. அப்ப அப்பப் பாத்த வைதேகிய இனி எப்பவும் பாத்-துகிட்டே இருக்கலாம்னு நெனச்ச போதே ரொம்ப சந்தோசம்.

கல்யாணம் பண்ணி சென்னைக்கு வந்தோம், ஒரு வருஷத்துல மகா-லட்சுமி மாறி ஒரு பொண்ணு பொறந்தா. லட்சுமினே பேறு வெச்சோம். வைதேகி மாறியே அழகு அவ. இப்போ பொறந்த மாதிரி இருக்குது, ஆனா மடமடன்னு வளந்துட்டா. பெரிய சொத்து சொகம் இல்லாட்டி-யும், கொஞ்சம் சந்தோசமான வாழ்க்கை. வேலையில கொஞ்சம் கஷ்-டம் தான். நான் பி.காம் படிச்சதோட சரி, மேல ஒன்னும் படிக்கல. படிச்சு முடிச்சோன்ன சேந்த கம்பெனில தான் இன்னும் வேல பாக்கு-றேன். இப்போ ஏதேதோ புதுசா சாப்ட்வேர் வந்துருக்கே, அதெல்லாம் கத்துக்கறதுக்கு முடில. நேத்து வந்த பயகிட்ட எல்லாம் திட்டு வாங்க வேண்டியிருந்தது. ஆபீஸ் டென்ஷன் வீட்லயும் காட்ட வேண்டிருக்கும், வேற எங்க தான் என் கொடுமையைப் போயி சொல்றது. வைதேகி பொறுமைசாலி, பேசாமப் போய்டுவா. லட்சுமி முகத்தப் பாத்தா எல்லா டென்ஷனும் போய்டும். ஆபீஸ் பிரச்சனை நிம்மதியைக் கெடுத்தாலும், லட்சுமி படிப்பு கல்யாணம் என்று அதுக்கு என்ன சேத்து வெக்கப் போறோம்கற கவலை இன்னும் அதிகமா இருந்தது.

போன வருஷம் தான் லட்சுமி கல்லூரியிலே சேர்ந்தாள். வாழ்க்கை அப்படியே ஓடிட்டு இருந்தப்பதான், இந்த பாழாப் போன கொரோனா வந்தது.

ஆபீஸ் மூடிட்டான், மொத ரெண்டு மாசம் சம்பளம் வந்தது, அப்-பறமா கம்பெனி நஷ்டத்துல இருக்குதுன்னு சொல்லி பாதி சம்பளம் குடுத்தாங்க. 6 மாசம் கழிச்சு, வேலை இல்லனு சொல்லிட்டான். 28 வருஷம் வேல பாத்த கம்பெனி, ஒரு நொடில தூக்கி எறிஞ்சுட்டான். சேத்து வெச்ச காசு கொஞ்சம் கொஞ்சமா கரைய ஆரம்பிச்சுது. இந்த வயசுல அதுவும் இந்த கொரோனாக் காலத்துல எங்க போயி வேல தேடறது? லெட்சுமி ஏதோ கம்ப்யூட்டர்ல பார்ட் டைம் வேல பாத்து கொஞ்சம் சம்பாரிச்சா. வைதேகி வேலைக்கு ஒன்னும் போன-தில்லை. 3 வேளை சாப்பாடு ரெண்டு வேளையா கொறஞ்சுது. நல்ல

வேளை, கொரோனா வரலையே, அதுவரைக்கும் சரினு நினைக்கும் போது, வைதேகி இரும ஆரம்பிச்சா. வழக்கமா வர்ற இருமல் தானேனு வைதேகியும் கண்டுக்கல, நானும் கண்டுக்கல. மூணு நாள் போச்சு, இருமல் முத்தி மூச்சுவிடவே கஷ்டபட்டா. கொரோனா டெஸ்ட் எடுக்க வைதேகிக்குப் பயம், "மூக்கு வாய்க்குள்ளாற எல்லாம் குச்சிய விட்டுக் கொடையுவானுக, நம்மால தாங்கமுடியாது" என்றாள். வாட்சப் வயித்தியம் நெறய பண்ணோம், ஏதோ கொறையுற மாதிரி இருந்தது, ஆனால், நிலைமை முத்திகிட்டே போனது எங்களுக்குத் தெரில.

ஆஸ்பத்திரி போலாம்னா, நெறய டாக்டர் கொரோனா கேஸுன்னா நாங்க பாக்கறது இல்லன்னுட்டாங்க. தனியார் மருத்துவமனைக்குப் போனா, ஒரு நாளைக்கு லட்ச ரூவா ஆகும்னு சொன்னாங்க. அரசு மருத்துவமனைக்குப் போனா, அட்மிட் பண்ண பெட் இல்ல. ஒரு வழியா ரெண்டு நாள் போராடி, ஒரு ஆஸ்பத்திரில சேத்தோம். உள்ள உயிரோட போனவ, வெளிய பொணமாத்தான் வந்தா."

லோகநாதன் அதற்கு மேல் பேச முடியாமல் மௌனமானார். கூடியிருந்த பெரும்பாலோர் கண்களில் கண்ணீர்.

தொண்டையை அடைக்கும் துக்கத்தை விழுங்கிவிட்டுத் தொடர்ந்தார்.

"ஏதாவது நோயில இருந்து கஷ்டப்பட்டுருந்தா கூட, சாவ எதிர்பார்த்திருப்போம். இப்படி ஒரு வாரத்துல அவ போய்டுவான்னு நெனச்சுக்கூட பாக்கல. கொரோனா வந்து இறந்ததால, கடைசியா முகத்தைக் கூட பாக்க விடல. லட்சுமி கதறின சத்தம் இன்னும் காதில கேட்டுட்டு தான் இருக்கு, அன்னைக்கு வாயை மூடினவ தான், இன்னியோட 6 மாசம் ஆச்சு, பொண்ணு வாயே தொறக்கல. செத்ததுக்கு அப்பறம் காரியமாவது பண்ணலாம்னா கொரோனா எதுக்கும் விடல. காரியம் பண்ண ஐயர் இல்ல, ஆறுதல் சொல்ல சொந்தக்காரங்க யாரும் வர முடில. 6 மாசமா நரகத்துல இருக்கேன். வயசுப் பொண்ண தனியா வீட்ல வெச்சுட்டு நான் என்ன பண்ணுவேன். வேலையும் இல்ல, லெட்சுமியும் ஒரு மாதிரி ஆயிட்டா....."

ஓவென்று அழுகை பீறிட்டு வந்தது, அழுது தீர்த்தார் லோகநாதன். கண்ணீர் வற்றியது, கவலை வற்றவில்லை!

பக்கத்தில் அமர்ந்திருந்த ராஜேஷ் லோகநாதனைத் தன் தோளில் சாய்த்துக் கொண்டான். எல்லாரும் கண்ணீர்விட்டு ஓய்ந்தபின், ராஜேஷ்

தன் சோகத்தைச் சொல்ல ஆரம்பித்தான்.

"என் பேர் ராஜேஷ், ஒரு IT கம்பெனில வேலை செய்யறேன். பொறந்து வளந்ததெல்லாம் சென்னை தான். எந்தக் குறையும் இல்லாம தான் என்ன வளத்தாங்க. அப்பா ஒன்றிய அரசுப் பணியில் இருந்தார். அடிக்கடி இட மாறுதல் இருக்கும் என்பதால், அம்மா வேலைக்குப் போகவில்லை. ஆனால் LIC ஏஜென்ட் ஆக வெற்றிகரமாக வீட்டில் இருந்தபடியே பணியாற்றினாள். அப்பாவுக்கு பெங்களூருவிற்கு இட மாறுதல், சரி கடைசி 3 வருஷம் தானே, பெங்களூரு சென்னை பெரிய தூரமில்லை என்று போன வருடம் தான் அங்கு சென்றார். நானும் படித்து முடித்துவிட்டு, ஒரு IT கம்பெனியில் வேலைக்கு சேர்ந்து 3 வருடம் ஆயிற்று. அதனால் அம்மாவும் அப்பாவோடு பெங்களூரு சென்றார்கள். நான் பெங்களூருவிற்கு மாற்றல் வேண்டும் என்று என் கம்பெனியில் கேட்டுக் கொண்டுதான் இருந்தேன். வார இறுதி நாட்களில் பெங்களூரு போய்டுவேன். நான் போக முடியவில்லையென்றால் அம்மா வந்துவிடுவாள். ஒரு வருடம் இப்படி சென்னை பெங்களூரு பயணம் தொடர்ந்தது.

கொரோனா நாடெங்கும் பரவ ஆரம்பித்தது. டெல்லியில் தானே, பம்பாயில் தானே, கேரளத்தில் தானே என்று சொல்லி சொல்லி தமிழகம் கர்நாடகம் என்று ஒரு இடம் விடாமல் கொரோனாவின் கரங்கள் நீண்டது. எதிர்பாராத ஒரு நாளிலே, மாநிலங்களுக்கு மத்தியிலான போக்குவரத்து முற்றிலுமாய் நிறுத்தப்பட்டது.

ரெண்டு வாரத்துல நார்மல் ஆகிடும்னு தான் நெனச்சோம், அப்படி ஆகல. அப்பா அம்மா பெங்களூரு, நான் தனியா இங்க சென்னையில். தினமும் வீடியோ கால்லே அம்மா பேசுவாங்க. அப்பாவை பற்றிய complaint அதிகமாகிக்கொண்டே இருந்தது.

"சொன்னா உங்க அப்பா எங்க கேக்கறார்? ‘அதெல்லாம் எனக்கு ஒன்னும் வராது. பால் வாங்கப் போகக்கூடாது, நடக்கப் போகக்கூடாது, ஒரு நாலு பேரை பாக்கலாம்னா அதுவும் கூடாதுங்கற, மனுஷனுக்குப் பைத்தியம் பிடிக்குது’ அப்படின்னு சொல்லிட்டு எங்கயாவது போயிடுவார். மீறி ஏதாது சொன்னா, ‘ரெண்டு மாஸ்க் போட்டிருக்கேன், careful-ஆ தான் இருக்கேன்’ என்று புராணம் பாடுவார். நான் இப்போ எதுவுமே சொல்றதில்ல."

நான் அப்பாவோடு அதிகமா பேசினது இல்ல, எல்லாம் அம்மா வழியாகத்தான் நடக்கும்.

கொஞ்சம் எடுத்து சொல்லுமா, வெளில அவளோ safe இல்ல, முடிஞ்ச வரைக்கும் வீட்லயே இருக்க சொல்லு.

ஓரிரெண்டு மாதங்கள் இப்படியே ஓடியது, போக்குவரத்து நார்மல் ஆகவில்லை. ஏதோ ஒரு வீட்டு function-க்கு போயிட்டு வந்த அப்பா, அடுத்த நாள் காய்ச்சலில் படுத்தார். இருமல் பெரிதாக இல்லாததால், கொரோனாவாக இருக்குமோ என்ற சந்தேகம் எழவில்லை. 24 நேரத்தில் மூச்சுவிட சிரமப்பட்டார், அம்மா தனியாக என்ன செய்வதென்று தெரியவில்லை. தெரிந்த நண்பன் மூலமாக ஹாஸ்பிடலில் சேர்த்தேன். எப்படியாவது போய்விட வேண்டுமென்று முயன்றேன், தமிழக கர்நாடக எல்லை முற்றாக மூடப்பட்டிருந்தது. ஒரு டாக்ஸி ஓட்டுநர் 10000 ரூபாய் கொடுத்தால், ஏதோ கிராமம் வழியாக பெங்களூரு அழைத்து செல்கிறேன் என்றார். பணம் கொடுத்தேன், ஆனால் அடுத்த நாள், ‘இல்ல சார், அந்த வழியும் இப்போ கர்நாடக போலீஸ் அடைச்சுட்டாங்களாம், குழி வெட்டி கல்லு போட்டு வெச்சிருக்காங்க, போக முடியாது. ஒரு ரெண்டு நாள் பொறு சார், ஏதோ ஒரு வழி கண்டுபிடிச்சு போயிறலாம்’ என்றார்.

ரெண்டு ரெண்டு நாளா போச்சே தவற பெங்களூரு போக முடியல. சாவுக்கு போகணும்னா கூட, டெத் செர்டிபிகேட் கேக்கறாங்க, சாகப் போறவங்கள காப்பாத்த எந்த சர்டிபிகேட் காமிக்கறது? ரெண்டு தடவ பார்டர் வரைக்கும் போயிட்டு, சண்டை போட்டுட்டு திரும்பி வந்தேன். அப்பா வென்டிலேட்டர்ல ஒரு வாரம் இருந்தார். அம்மா முதல்ல ஆஸ்பத்திரிக்கு போக முடியாத நிலைமை. கணவன் எங்கயோ உயிருக்கு போராடிக்கொண்டிருக்கிறார், மகன் இன்னொரு இடத்தில், தனியாக என்ன செய்வாள்? எப்படியோ கெஞ்சிக் கூத்தாடி அப்பாவைப் பாக்க அம்மாவுக்கு அனுமதி கிடைத்தது, அதுவும் புறவழியாகத்தான், எல்லாரும் இப்படிக் கேக்க ஆரம்பிச்சா என்ன பண்றதுன்னு. 2 நாட்கள் கழித்து, அம்மாவும் ஹாஸ்பிடலில் அனுமதிக்கப்பட்டாள். அவளையும் கொரோனா தொற்றியிருந்தது. அப்பா ஒரு ஹாஸ்பிடல், அம்மா வேறு ஹாஸ்பிடல். என்னால் அங்கு செல்ல முடியவில்லை. என் நண்பர்களும் அவர்கள் வீட்டில் கொரோனா தொற்று அல்லது அவர்கள் வசிக்கும் அடுக்குமாடிக் குடியிருப்பில் தொற்று என்று சிக்கிக் கொண்டார்கள்.

அப்பா அம்மா என்ன நிலைமையில் இருக்கிறார்கள் என்று கூட தெரிந்து கொள்ள முடியவில்லை. ஆஸ்பத்திரில போன் எடுக்க மாட்-டேங்கறாங்க. இரு நாட்கள் இடைவெளியில் அப்பா அம்மா ரெண்டு பேரும் போய்ட்டாங்க.

"என் அப்பா அம்மா ரெண்டு பேரும் செத்துட்டாங்க, இப்போவாவது என்ன உள்ள விடுவீங்களா?" - பார்டரில் இருந்த போலீசாருக்கு என்ன செய்வதென்று தெரியாமல் அனுமதித்தார்கள்.

தாங்கள் செய்வது நியாயம் இல்லை என்று தெரிந்தாலும், அவர்-களால் வேறு என்ன செய்ய முடியும்? அரசாங்க உத்தரவுகளை மீறி அவர்களால் ஒன்றும் செய்ய முடியாது என்று தங்களை நியாயப்படுத்-திக் கொண்டார்கள். லஞ்சம் மட்டும் வாங்கும்போது அரசாங்க உத்தரவ மீறலயா என்று கேட்கத் தோன்றியது, ஆனால் கேட்கும் மனநிலையில் நான் இல்லை, வார்த்தைகளும் வரவில்லை.

I was tired of life, I am, even now. வாழ்க்கை சோர்ந்-துவிட்டது, திடீரென்று அனாதை ஆகிவிட்டேன்! இனி யாருக்காக வாழனும்?"

சிலையாக அமர்ந்திருந்தான் ராஜேஷ். இனி சிந்துவதற்குக் கண்ணீர் மிச்சமில்லை, அழுவதற்கு உடலில் தெம்பும் இல்லை.

நீண்ட மௌனத்திற்குப் பிறகு, ஜெயா பேச ஆரம்பித்தாள். அங்கு கூடியிருந்தவர்களில் அவள் ஒருத்தி தான் பெண். வட நாட்டில் சமூகப்-பணி செய்துகொண்டிருக்கும் துணிச்சல் பெண், பாரதி கண்ட புதுமைப் பெண்களில் அவளும் ஒருவள். குடும்ப சமூக அடிமைத்தனம் கட்டுப்பா-டுகள் என்று அனைத்தையும் மீறி, மாற்று மதத்தைச் சேர்ந்த ஒருவரை திருமணம் செய்துகொண்டு, ஒரு வித்தியாசமான ஆனால் அர்த்தமுள்ள வாழ்வை வாழ்ந்து கொண்டிருந்தாள் ஜெயா.

பத்து வருடத்திற்கு முன்பு, இதய நோயால் தன் கணவனை இழந்-தாள். இடிந்து போய் உட்கார்ந்து விடவில்லை அவள். 'இப்படி அடங்-காமல் திரிந்தால், இப்படித்தான் ஆகும்' என்ற ஏளனப் பேச்சுக்கள் ஒரு புறம், 45 வயதில் விதவையான அவள்மேல் கேடுகெட்ட சில ஆண்-களின் காமப்பார்வைகள் மறுபுறம். போராளியாக நின்று தன் குழந்தை-களை வளர்த்தாள். ஒரு மகன், ஒரு மகள். மகன் டிப்ளமோ படித்-துவிட்டு அருகிலேயே வேலை பார்த்துக்கொண்டிருக்கிறான். திருமணம் முடிந்து இரண்டு குழந்தைகள். மகள் டீச்சர் ட்ரைனிங் முடிந்து வட

நாட்டின் இன்னொரு மாநிலத்தில் பணி செய்து கொண்டிருந்தாள். பெயர் அஞ்சலி, ஆனால் அவளை Angel என்று தான் ஜெயா அழைப்பாள்.

கடவுள் பக்தி மிகுந்தவள் அஞ்சலி. ஜெயாவும் அப்படித்தான். முற்போக்குச் சிந்தனையாளர்கள், சாதி மறுப்பாளர்கள் என்றால் கடவுள் பக்தி இல்லாதவர்களாகத்தான் இருக்க வேண்டுமோ? அன்புள்ளம் கொண்டவள், குழந்தைகள் என்றால் கொள்ளைப் பிரியம். ஒவ்வொரு தாய்மார்கள் தினத்தன்றும் ஜெயாவுக்கு ஏதோ ஒரு பரிசு கொடுப்பாள். நேரில் வர முடியவில்லை என்றால், தபாலில் அனுப்பி விடுவாள். போன வருடம் அவள் ஜெயாவைப் பற்றிப் பேசி அனுப்பிய 'அம்மா' என்ற வீடியோ பதிவை ஒரு ஆயிரம் முறையாவது கண்டு ரசித்திருப்பாள் ஜெயா.

"ஒரு நாள் போன் வந்தது, உடம்பு முடியவில்லை என்றாள் அஞ்சலி. கவல படாத பேட்டா, சரியாகிடும் என்று ஆறுதல் சொன்னேன். பின்னர் கொரோனா என்று தெரிந்தது. நல்ல மருத்துவர் ஒருவர் அருகில் இருந்ததால், உடனே சிகிச்சை கிடைத்தது. மாத்திரைகள் சாப்பிட்டாள், ஆனாலும் வியாதி முற்றியது. CT ஸ்கேன் எடுத்துப் பார்த்த போது, நுரையீரல் பாதிப்படைந்தது தெரிய வந்தது. ஒன்றும் சீரியஸ் இல்லை என்று தான் மருத்துவர் சொன்னார், செகண்ட் ஒப்பீனியன் கேட்ட போதும், இங்கு சென்னையில் இருக்கும் மருத்துவ நண்பர்களும் அதே தான் சொன்னார்கள். என்னால் அவள் இருக்கும் இடத்திற்குச் செல்லவும் முடியவில்லை, அவளையும் நான் இருந்த இடத்திற்கு அழைத்து வரவும் முடியவில்லை. குணமாகிவிடுவாள் என்று இவ்வளவு உறுதியாக மருத்துவர்கள் சொல்கிறார்கள் என்று நம்பிக்கொண்டிருந்தபோதே பேரிடியாக அவள் இறந்த செய்தி வந்து சேர்ந்தது."

சிறிய மௌனத்திற்குப் பின் ஜெயா தொடர்ந்தாள்.

"இந்த உலகத்தில் இருந்து கஷ்டப்படுவதற்குப் பதில், பரலோகம் சென்று கடவுளின் பாதத்தில் இளைப்பாறிக் கொண்டிருக்கிறாள் அஞ்சலி. இங்கு இல்லை என்ற வருத்தம் இருக்கத்தான் செய்கிறது, ஆனால் அங்கு நான் செல்லும்போது அவளைக் காண்பேன் என்ற நம்பிக்கை எனக்குப் பெரிய ஆறுதல் தருகிறது."

வழிந்த கண்ணீரைத் துடைத்துக் கொண்டு மெல்லிய புன்னகை ஒன்றை உதிர்க்க முற்பட்டாள் ஜெயா.

வேறு யாரும் பேச முற்படவில்லை.

சிலருக்குக் கொட்டித் தீர்த்தால் ஆறுதல், சிலருக்குத் தன்னைப் போலவே இழந்தவர்கள் கதையைக் கேட்கும் போது தாங்கள் தனியாக இல்லை என்கிற உணர்வு, சிலருக்கு மனித வாசம் இருந்தாலே ஆறுதல் (அதுவும் கொரோனா கால தனிமைக்குப் பின்).

மற்றவர்கள் பேசவில்லையே தவிர, அவர்கள் உணர்வுகள் வேறு வேறு விதமாக வெளிப்படுத்தப் பட்டுக்கொண்டுதான் இருந்தது.

மீண்டும் சந்திக்க வேண்டும், மீளா துயரிலிருந்து மீண்டு வர, மீண்டும் மீண்டும் சந்திக்க வேண்டும் என்ற முடிவோடு கலைந்து சென்றார்கள். அவர்கள் கணத்த இதயங்கள் சற்று இளைப்பாறியதை அவர்கள் நடை சொன்னது...

"எத்தனையோ லோகநாதன்கள், ராஜேஷுகள், ஜெயாக்கள் என்று மனைவியை இழந்த கணவர்கள், கணவனை இழந்த மனைவிகள், பெற்றோரை இழந்த பிள்ளைகள், பிள்ளைகளை இழந்த பெற்றோர்கள் இந்தக் கொரோனா பெருந்தொற்றுக் காலத்தில் தங்கள் அன்புள்ளவர்களை இழந்து அனாதையாக்கப்பட்டார்கள். ஆறுதல் சொல்லக் கூட ஆள் இல்லாமல் தனிமையில் வாழ்ந்தவர்கள் பலர், இறந்தவர்கள் முகம் கூட பார்க்க முடியாமல் தவித்தவர்கள் பலர், ஒரு நொடியில் அனாதையான பெற்றோர்கள், வாலிபர்கள், சிறு குழந்தைகள், இன்னும் சொல்லொனா துயரால் வாடிய பலருக்கும் இந்தக் கதை அர்ப்பணம்.
"

4

தொழில்

ராமு என்றைக்கும் போல 4 மணிக்கு எழுந்து செய்தித்தாள் விநியோகம் செய்யப் புறப்பட்டான்.

2020 ஆம் ஆண்டு பிப்ரவரி மாதத்தில் ஒரு நாள் அது. சீக்கிரம் வரப்போகும் சீர்கெட்ட நிலைமை பற்றி ஒரு சலனமும் ராமுவுக்கு அப்போது இல்லை.

"என்ன ராமு? இன்னிக்கியும் கரீட்டா வந்துட்டே, உனக்கு இன்னா? பொஞ்சாதியா புள்ளையா, சிறு வயசு, எழுந்து வந்துருவ... எனக்கு அப்படியா... என்னத்த சொல்ல போ..." வழக்கமான வார்த்தைகளோடு ராமுவை வரவேற்றார் மஸ்தான் பாய்.

சிரிப்பையே பதிலாக தந்து, தனக்கு வேண்டிய செய்தித்தாள்களை எடுக்க ஆரம்பித்தான்.

"பாய், 30 இந்து இங்கிலீஷு, 20 தினமலர், 20 தந்தி...." தான் எடுத்த செய்தித்தாள் கணக்கை மஸ்தான் பாயிடம் சொல்லி, தன் மிதிவண்டியை எடுத்துப் பயணப்பட்டான் ராமு.

ராமுவுக்கு 20 வயது, பெற்றோர்கள் தென்தமிழகத்தின் ஒரு கிராமத்தில் தினக் கூலிகள். ராமு தன் மாமாவோடு 17 வயதில் வேலை தேடி வாழ்வு தேடி சென்னை வந்தான். பத்தாம் வகுப்பு வரை படித்திருக்கிறான். படிப்பில் சுட்டி என்று சொல்ல முடியாது, பெற்றோரோடு சில நாட்கள் கூலி வேலைக்கு செல்ல வேண்டியிருக்கும், வீட்டில் வறுமை, எப்படி படிப்பில் கவனம் செலுத்த முடியும்? ஏதோ முடிந்தவரை படித்தான், ஆனால் ஒரு பாடத்திலும் தோற்றதில்லை. குடிக்க கஞ்சியில்லா-

தபோது படிப்பு இரண்டாம் பட்சம் ஆகிவிடுவது இயல்புதானே!? "பிச்சை புகினும் கற்கை நன்றே" என்று புலவர்கள் பாடியிருந்தாலும், எத்தனை குடும்பங்களில் இது சாத்தியம்? அரசுப் பள்ளியில் படிக்கலாம், சலுகை உண்டு, சத்துணவும் கூட உண்டு, பெற்றோரின் பசிக்குச் சத்துணவு ஏது? பத்தாம் வகுப்பு முடிந்ததும், மாமாவோடு சென்னை புறப்பட்டான், ஏதோ ஒரு தொழில் செய்து பிழைத்துக் கொள்ளலாமென்று.

சென்னை வந்து மூன்று ஆண்டுகள் ஆனது. மாமா போன ஆண்டு விபத்து ஒன்றில் மரணம் அடைந்தார். ராமுவுக்கு சென்னையை விட்டுப் போக மனமில்லை. காலையில் செய்தித்தாள் போடுவான், பின்னர் ஒரு சில வீடுகளில் கார் கழுவச் செல்வான், மாலை முதல் இரவு வரை நண்பன் ஒருவனின் ஷேர் ஆட்டோவில் ஆள் சேர்க்கவும், அப்படியே தொழில் கற்றுக் கொண்டால் நாளை தானும் ஒரு ஷேர் ஆட்டோ வாங்கி ஓட்டலாம் என்ற கனவு. எப்படியோ ஒரு நாளைக்கு 300 முதல் 400 ரூபாய் வரை சம்பாதித்து விடுவான். சில நாட்களில் கூடும், சில நாட்களில் குறையும்.

கொரோனா பற்றிய செய்திகள் வந்த வண்ணம் இருந்தன. இன்னும் இந்திய அரசாங்கம் எந்த நடவடிக்கையும் எடுக்கவில்லை. ஏதோ சீனா-வில் ஒரு தொற்று வியாதி என்றளவில் தான் விழிப்புணர்வு இருந்-தது. ஓரிரு நாட்களில் இந்திய ஒன்றிய அரசு விமானங்களுக்குத் தடை விதித்தது, பின் ஊரடங்கு அறிவிக்கப்பட்டது. 15 நாட்கள் தானே என்று ராமு நினைத்தான். சேர்த்து வைத்த கொஞ்சம் காசை வைத்து ஓட்டி விடலாம் என்ற தைரியம். அந்தப் பதினைந்து நாட்கள் ஒன்றும் வேலை இருக்காது என்று நினைத்தான், ஆனால் அவன் வாடிக்கையாகச் செல்-லும் அடுக்குமாடிக் குடியிருப்புகளில் ஏகப்பட்ட கிராக்கி இப்போது. வெளியே ஒர்க்ஷாப்களில் காரை விடுபவர்கள் கூட இப்போது ராமு-வைக் கழுவச் சொன்னார்கள். வீடு சுத்தம் செய்ய, வெள்ளையடிக்க என்று ஊரடங்கு காலங்களில் வீட்டில் செய்யப்படாத பல வேலைகளை செய்ய ஆரம்பித்ததால், ராமுவுக்கு நல்ல வருமானம். "வீட்டிலிருந்து வேலை" என்ற மாதிரி அப்போது இல்லை, ஒன்றிரண்டு நிறுவனங்கள் அதைச் செய்தாலும், பெரும்பாலும் அந்த முதல் 15 நாட்கள் விடுமுறை போலத்தான் இருந்தது. 15 நாட்கள் தானே, அது கழிந்து எல்லாரும் வேலைக்குப் போகப்போறாங்க, இயல்பு வாழ்க்கை திரும்பிடும் என்று தான் பலரது எண்ணமாக இருந்தது.

ராமுவுக்கு கூடுதல் வருமானம் கிடைத்ததில் மிக்க மகிழ்ச்சி, சீக்கிரம் ஒரு ஷேர் ஆட்டோ வாங்கிடலாம் என்று நினைத்தான்.

ஊரடங்கு இரண்டிரண்டு வாரங்களாக நீடித்துக் கொண்டே சென்றது.

கொரோனாவைப் பற்றிய செய்திகளும் வதந்திகளும் தினுசு தினுசாக நாளொரு மேனியும் பொழுதொரு வண்ணமுமாக வலம் வந்து கொண்டிருந்தது. காற்றில் கொரோனா, நீரில் கொரோனா, செய்தித்தாளில் கொரோனா என்று.....

செய்தித்தாள் போடும் பணி முதலில் நின்றது. கொரோனா பரவல் அச்சம் காரணமாக ஒவ்வொருவராக செய்தித்தாள் வேண்டாம் என்று சொல்ல ஆரம்பித்தார்கள், ஒரு மாதத்தினுள்ளில் ஒருவர் கூட செய்தித்தாள் வாங்கவில்லை என்ற நிலை.

வீட்டு வேலை ஏதாவது செய்து அல்லது கார்களை கழுவியாவது பிழைத்துக் கொள்ளலாம் என்று எண்ணினால், கொரோனா அச்சம் காரணமாக ஒருவரும் ராமுவை அழைக்கவில்லை. இருமினாலோ தும்மினாலோ கூட கொலைக் குற்றம் செய்தவனைப் போலப் பார்க்கும் அவல நிலை உருவாகியிருந்தது.

ஊரடங்கு பல மாதங்கள் நீடிக்கும் என்ற நிலை உருவானபோது, அடுக்குமாடிக் குடியிருப்புகளில் வசிப்பவர்கள் பலர் தங்கள் சொந்த ஊர்களுக்குச் சென்றுவிட்டார்கள். ஒரு முன்னறிவிப்பும் இல்லாமல் ராமுவின் வாழ்க்கை சில நாட்களில் இருளில் மூழ்கியது. சேர்த்த பணமெல்லாம் கரைந்து போனது. அத்தியாவசியப் பொருட்களின் விலை தாறுமாறாக உயர்ந்ததால், சாப்பாட்டுக்கே கஷ்டம் என்ற நிலை வந்தது. சில நல்ல உள்ளங்கள் உணவுப் பொட்டலங்களை அவ்வப்போது தருவார்கள், அதை வைத்துப் பிழைப்பு ஓடியது.

ராமு, ஊருக்குச் சென்றுவிடலாம் என்று பல முறை யோசித்தான், ஆனால் அங்கே போய் என்ன செய்வது?

இங்கே இருந்தாலாவது பிழைப்புக்கு வழி உண்டு. நிலைமை இன்று மாறும் நாளை மாறும் என்று காத்திருந்தது தான் மிச்சம்.

ஊரடங்கு இப்போதைக்குத் தளர்வதைப் போல அறிகுறி ஒன்றுமில்லை. என்ன வேலை செய்வதென்றே ராமுவுக்குத் தெரியவில்லை. உணவு விநியோகம் செய்யும் நிறுவனங்களில் வேலை செய்யலாம் என்றால் ராமுவிடம் மோட்டார் வண்டி இல்லை. மிதிவண்டியை மட்டும் வைத்துக் கொண்டு, பத்து நிமிடங்களுக்குள் உணவு வர வேண்டும்

என்று எதிர்பார்க்கும் வாடிக்கையாளர்களுக்கு எப்படி அவ்வளவு விரைவாக விநியோகம் செய்ய முடியும்?

வேறு என்ன வேலை செய்யலாம்? மருத்துவமனைகளிலோ பரிசோதனைக் கூடங்களிலோ வேலை தேடலாமென்றால் ராமு அவ்வளவு படிக்கவில்லை. கணினி அறிவு கொஞ்சமும் இல்லை. யோசித்து யோசித்தே நாட்கள் கடந்து போனது.

எதேச்சையாக ஒரு நாள் மஸ்தான் பாயை சந்தித்தான். முதலில் அடையாளம் கண்டுகொள்ளவில்லை. காக்கி உடை அணிந்து மஸ்தான் பாயை அவன் அதுவரை கண்டதில்லை. அழுக்கு படிந்த ஒரு வெள்ளை சட்டை, கட்டம் போட்ட நீல நிற லுங்கி, இது தான் மஸ்தான் பாயின் சீருடை. ஏதோ பண்டிகை நாட்களில் புது சட்டை அணிந்து வருவார், வருஷத்தில் ஒரு முறையோ இரண்டு முறையோ. காக்கி நிற மேல் சட்டையும், கால்சட்டையும், கருப்பு நிற முக கவசமும், கைகளில் கையுறையும் அணிந்திருந்த அவரை அவனால் அடையாளம் கண்டுகொள்ள முடியவில்லை.

"இன்னா ராமு, எப்பிடிக்கீர?" என்று முகக்கவசத்தின் பின்னாலிருந்து ஒரு சத்தம். குரல் தெரிந்தது ஆனாலும் ராமு தயங்கினான்.

"இன்னா ராமு, ரெண்டு மூணு மாசம் பாக்காதங்காட்டி, மஸ்தான் பாய மறந்துட்டியா பா?"

"பாய், நீங்களா? இந்த ட்ரெஸ்ஸிலே அடையாளமே தெரில. மாஸ்க் வேற போட்டுக்கிட்டு இருக்கீங்களா, சுத்தமா தெரில. என்ன பாய், இப்போ என்ன பண்ணிட்டு இருக்கீங்க?"

"அத்த ஏம்ப்பா கேக்குற? கொரோனா பயத்துல ஒரு பய பேப்பர் வாங்கமாட்டேங்கறான், நானும் எவ்வளூவு நாள் தான் கடைல சொம்மா குந்தின்னுருக்கறது? பாத்தேன், ஏதோ குப்பை அள்ள ஆள் வேணுமின்னு நம்போ தோஸ்து ஒருத்தன் சொன்னான். ஒரு இருவது நாளா இத்த தான் செஞ்சுனிருக்கறேன். ஆமா நீ இன்னா பண்ணினுருக்கிற? அத்த விடு, மொதல்ல ஏதாது சாப்டியா சொல்லு."

ராமு ஒரு வினாடி தன்னை மறந்தான். உணர்ச்சி மேலிட்டது. தன்னை சாப்பிட்டியா என்று அம்மாவை தவிர வேறு யாரும் கேட்டதில்லை. கண்களில் கொஞ்சம் கண்ணீர் எட்டிப் பார்த்தது.

"இன்னா ராமு, இப்புடிக்கீர? இந்தா, வூட்ல இட்டிலி செஞ்சு டிபன் கட்டி குடுத்தாங்கோ, நீயும் ரெண்டு சாப்டு", சொல்லிக்கொண்டே டிபன்-

பாக்ஸ் மூடியில் ரெண்டு இட்லி வைத்து கொஞ்சம் இட்லி பொடியும் வைத்து ராமுவிடம் நீட்டினார் மஸ்தான் பாய்.

ராமு தயங்கியபடியே வாங்கினான்.

"சொம்மா சாப்டு ராமு, ஏதோ அல்லா புண்ணியத்துல ரெண்டு வேளையாவது சாப்பாடு கெடச்சினிகீது"

ராமு எதுவும் பேசாமல் சாப்பிடத் தொடங்கினான்.

"சொல்லு ராமு, ஏதாச்சும் வேலைக்கி போயினுரிக்கிறியா?"

"இல்ல பாய், மொதல் லாக்டௌன் போட்டப்ப சந்தோசமா இருந்தது, நெறய வேல வந்துச்சு. வீட்டுக்கு வெள்ளையடிக்கிறது, கார் கழுவறது, சுத்தம் பண்றதுனு நல்லா போச்சு. அதுக்கப்புறம் கொரோனா அதிகமாகி கொஞ்சம் சாவு செய்தி வர ஆரம்பிச்சதுக்கப்புறம் ஒரு வேலையும் இல்ல பாய். டெலிவரி பண்ண போலாம்னு பாத்தா சைக்கிள் மட்டும் வெச்சிட்டு எப்பிடி பண்றது பாய். கூட தங்கிருக்கற பையன் ஒருத்தன் லேபில் வேல பாக்கறேன், ஏதாவது படிச்சு தொலைஞ்சிருந்தாலாவது அவன் கூட வேலைக்கு போயிருக்கலாம். என்ன பண்றதுனே தெரில பாய்"

"அப்பிடியா? என்னாண்ட சொல்லிருக்கலாம்ல?"

"இல்ல பாய், நீங்களே என்ன நெலைமைல இருக்கீங்கன்னு தெரில. ஏற்கனவே உங்ககிட்ட வாங்கின ஆயிரம் ரூவா அட்வான்சே திருப்பிக்-கொடுக்கல, அதான்...."

"அத்த வுடு, எங்க தங்கற இப்போ?"

"ரூம் வாடக போன மாசம் குடுக்கல பாய், ஓனரு கொஞ்சம் நல்ல மாதிரி. வேல கெடக்கிற வரைக்கும் இங்கயே தங்கிக்கன்னு சொல்லிட்-டாரு, அதுக்கப்புறம் வாடக குடுத்தா போதும்னு. இருந்தாலும் எவ்வளவு நாளு அப்படி இருக்கறது பாய். நாளையோட ரெண்டு மாசம்."

"அப்பிடியா? யாரு நம்ம ஜோசப் தானே ஓனரு? நல்ல மனுஷன் பா. ஒன்னியும் கவலபடாத, நம்ம சூப்பர்வைசராண்ட சொல்லி உனக்கும் வேல வாங்கி தர்றேன். உனுக்கு சம்மதம் தானே?"

"ரொம்ப நன்றி பாய்"

"நாளைக்கு காலேல நம்ம நாயர் கடையாண்ட ஒரு ஆறு மணிக்கு வந்துரு, பாத்துக்கலாம். சரி ராமு, நாளைக்கு பாக்கலாம்"

"சரி பாய்"

பதிலுக்குக் காத்திராமல் மஸ்தான் பாய் கிளம்பிச் சென்றார்.

மறுநாள் காலை சொன்ன இடத்தில் ராமுவும் மஸ்தான் பாயும் சந்தித்தனர்.

"நம்ம கூட வாப்பா, நான் சூப்பர்வைசராண்ட சொல்லிட்டேன். அடுத்த வாரம் காக்கி டிரஸ் வாங்கிக்கலாம்"

"சரி பாய்"

ராமு மஸ்தான் பாயோடு சேர்ந்து துப்புரவுப் பணிக்குச் செல்லத் தொடங்கினான். வீட்டு வேலை செய்து ராமுவுக்கு பழக்கம் இருந்தாலும், தெருவில் துப்புரவு செய்யும் பணி கொஞ்சம் கஷ்டமாகத்தான் இருந்தது. தெருவில் ஒருவன் வம்பு செய்வதற்கென்றே இருப்பான். எவ்வளவு சுத்தம் செய்தாலும் நொட்டை சொல்ல ஆட்களுக்குப் பஞ்சமில்லை. தெருவில் குப்பை போடாதீர்கள், குப்பைத் தொட்டியில் போடுங்கள் என்ற வாசகங்கள் எல்லாம் எவ்வளவு முக்கியம் என்று ராமுவுக்கு அப்பொழுது தான் தெரிந்தது. ஒரு சில நல்ல உள்ளங்களைத் தவிர, வீட்டின் வெளியே டிச்சிலேயே குப்பையைக் கொட்டும் ஆட்கள் தான் அதிகம். என்ன செய்வது? அள்ளித் தான் ஆக வேண்டும். மஸ்தான் பாய் கூட இருப்பதால் சலிப்புத் தெரியவில்லை.

ஒரு வாரம் ஓடியது. யாரோ போட்டிருந்த பழைய காக்கி யூனிஃபார்ம் ஒன்று ராமுவுக்குக் கொடுக்கப்பட்டது.

"புது துணி குடுத்தாமாறி கணக்கு எழுதிருப்பானுக, எச்ச பசங்க" மஸ்தான் பாய் முணுமுணுத்தார்.

சமூகத்தின் சுய ரூபங்கள் ஒவ்வொன்றாய் ராமுவுக்கு வெளிப்பட ஆரம்பித்தது.

வெயிலில் வேலை செய்து கலைத்துப் போய் குடிக்க தண்ணீர் கேட்டால், சில வீடுகளில் இல்லை என்றார்கள். சென்னையில் அவர்களே காசுக்குத் தண்ணீர் வாங்கிக் குடிக்கும்போது, மனிதாபிமானத்தை எங்கே எதிர்பார்ப்பது? அப்படியே ஒரு சில நல்ல உள்ளங்கள் கொடுக்க முன்வந்தாலும், இவர்கள் தண்ணீர் பாட்டில்கள் வைத்திருக்க வேண்டும், பாத்திரம் படாமல் அதிலே ஊற்றுவார்கள். இல்லையென்றால், ஏதோ அழுக்குப்படிந்த பழைய பிளாஸ்டிக் பாட்டில் ஒன்றில் கழுவாமல் அப்படியே தண்ணீர் ஊற்றி கடமைக்கென்று கொடுத்துவிட்டு ஏதோ சாதித்ததைப் போன்ற முக பாவனையோடு உள்ளே சென்று விடுவார்கள்; அதில் சில ஜென்மங்கள் "நானெல்லாம் தண்ணீர் கேட்டா குடுத்துருவேன், தவிச்ச வாய்க்கு தண்ணி கூட குடுக்காம எப்பிடி? அந்த

பாட்டிலை பத்திரமா வெச்சுக்க, நாலப்பின்ன வந்தா அதே பாட்டில்லே ஊத்தி குடுத்துருவேன், ஒவ்வொரு தடவையும் பாட்டிலை தேட முடி-யாது" என்று வள்ளலைப் போலப் பேசிச் செல்வார்கள். தண்ணீருக்கே இந்த நிலைமை என்றால் உணவுக்குச் சொல்லவா வேண்டும்?

ராமுவுக்கு வெறுப்பு வளர்ந்து வந்தாலும், வேலையில்லாத காலத்தில் ஏதோவொரு வேலையிருக்கிறதே என்ற எண்ணம் அவனை சமாதானம் செய்தது. வாடகை கொடுக்கவும், ரெண்டு வேளையாவது சாப்பிடவும் முடிந்தது.

ஒரு நாள் கடைக்குச் சென்றபோது, அவன் வேலை செய்த ஒரு வீட்டின் உரிமையாளர் அங்கு நின்றிருந்தார். ஆளே மாறியிருந்தார். ஏதோ விமான நிறுவனத்தில் பணி என்று மட்டும்தான் தெரியும். கொஞ்-சம் சோர்ந்திருந்தார். ராமுவை அவர் கண்டும் காணாதவர் போலிருந்-தார். ராமுவுக்குக் குழப்பம். எப்பவும் நன்றாகப் பேசுகிறவர், பல முறை ராமுவுக்கு டிப்ஸ் கொடுத்தவர், இப்படி இருக்கிறார் என்று குழப்பம்.

"சார்? நீங்க அசோக் சார் தானே? என்ன சார் கண்டுக்கவே மாட்-டேங்கறீங்க? ஏதாவது உதவி கேட்ருவேன்னு பயமா சார்?"

"இல்ல தம்பி, அதெல்லாம் ஒன்னும் இல்ல. வீட்ல கொஞ்சம் நெலம சரில்ல. மனைவி கொரோனவால போன மாசம் தவறிட்டாங்க, எனக்கு வேலையும் போச்சு, சேத்து வெச்சிருந்த காசெல்லாம் ஹாஸ்பிடல் செல-வுக்கே போய்டுச்சு. யார்ட்டயும் கேக்க மனசில்ல. உன்ன பாத்தேன், நீ ஏதாவது வேலை கேட்டேன்னா இல்லனு எப்படி சொல்றது தம்பி, அதான், தப்பா நெனச்சுக்காத..."

ராமுவுக்கு என்ன சொல்வதென்றே தெரியவில்லை. அசோக்கும் மனதில் அடைத்து வைத்திருந்ததை யாரிடமாவது சொல்லிவிடமாட்-டோமா என்று ராமு பேசியவுடன் சொல்லிவிட்டான்.

"கேக்கவே கஷ்டமா இருக்கு சார், மேடம் நல்லவங்க, அவங்களுக்கு போயி..." அதற்குமேல் என்ன சொல்வதென்று இருவருக்கும் தெரிய-வில்லை . ஈரமான விழிகளோடு மெல்லிய புன்னகை செய்து, "சரி தம்பி" என்று விடை பெற்றார் அசோக்.

"படிக்காத எனக்குத் தான் இந்த நிலைமை என்றால் படித்த சாருக்-கும் இதே நிலைமை தானா" என்ற எண்ணத்தோடு, அசோக் சாரின் நிலைமையை நினைத்து வருத்தம் ஒருபுறம், ஏதோ நமக்கு குப்பை அள்ளும் வேலையாவது கிடைத்ததே என்ற ஆறுதல் மறுபுறம்.

அன்று இரவு சாப்பிட மனமில்லாமல் படுத்தான் ராமு. எண்ணங்கள் அலைபாய ஆரம்பித்தது. பெற்றோர்கள் நினைப்பு ஒரு புறம், சுற்றி நடக்கும் அவலங்கள் ஒரு புறம், அசோக் சாரின் குடும்பம் பற்றிய நினைவு, ஷேர் ஆட்டோ வாங்கலாம் என்பது கனவாகவே போய்விட்ட-தென்ற கவலை - இமைகள் மூடியிருந்தாலும், நித்திரை வர மறுத்தது. இரண்டு மூன்று மணி நேரம் கடந்து மெல்லக் கண்ணயர்ந்தான் ராமு.

காலை எழுந்து எப்போதும் போல் கிளம்பினான், இந்த வேலையா-வது இருக்கிறது என்ற நன்றியுணர்வோடு.

"வாப்பா ராமு, கேள்விபட்டியா? உங்க ஓனர் ஜோசப்புக்கு கொரோ-னாவாம், ஆஸ்பத்திரில போட்ருக்காங்களாம், நல்ல மனுஷன், பொழச்-சுக்கினா சரி"

"என்ன பாய் சொல்றீங்க? எப்பவும் வாடகை வாங்க மொத வாரம் வருவாரு. ஏன் வரலேன்னு யோசிச்சிட்டு இருந்தேன். எனக்கு தெரியவே இல்ல, பாய். முடிஞ்சா நைட்டு போய் பாத்துட்டு வரலாமா பாய்?"

"போலாம், உள்ள வுடுவாங்களா தெரில, போய் பாப்போம்"

இருவரும் மெதுவாக வேலை செய்யத் தொடங்கினார்கள். மஸ்தான் பாய்க்கு ஒரு அழைப்பு வந்தது.

"அலோ, சொல்லு சார்? இன்னா? டாங்கு அடச்சினுக்கிதா? இன்னா சார் நீ? சாக்கட கிளீன் பண்றதே பேஜாரு, டாங்கு எப்டி சார்? சரி வுடு, நம்மாண்ட ராமு இக்கீறான், அவன் கைல சொல்லி, நானும் அவனுமா வர்றோம். சரி சார்"

"என்ன பாய்? என்னாச்சு?

"அந்த நாலாவது தெருவுல செப்டிக் டாங்கு அடச்சினிருக்குதான், கிளீன் பண்ண ஆள் போணுமாம், வா, வேற இன்னா வழி? கழுதைக்கு வாக்கப்பட்டாச்சு, அப்பறம் இன்னா, கடிச்சாலும் ஒதைச்சாலும்!"

ராமுவும் மஸ்தான் பாயும் அடைப்பு எடுக்க சென்றார்கள் அது தங்-களுடைய வாழ்வின் கடைசி சில மணித்துளிகள் என்று அறியாமலே!

விஷ வாயு தாக்கி இருவரும் இறந்து விட்டனர். மனித வாழ்வு பல சமயங்களில் இப்படி திடீரென்று முடிந்துவிடும். ஒரு முன்னறிவிப்பும் இல்லாமல் மரணம் பட்டென்று வந்து சேரும்!

மனித மலத்தை மனிதனே அள்ளும் அவலம் இன்னும் எத்தனை உயிர்களைக் காவு வாங்குமோ தெரியவில்லை! விண்ணுக்கு ஏவுகணை விடுவதைப் பெருமையாகப் பேசும் அரசு சாக்கடை அள்ள ஒரு இயந்-

திரம் தயாரிக்கவில்லை என்று தலை குனிவதேயில்லை! ஏவுகணையின் செலவில் இலட்சத்தில் ஒரு பங்கு முயற்சியும் செலவும் செய்தால் இந்த அவலம் தீர்ந்துவிடும்!

கொரோனா காலங்களில் துப்புரவுத் தொழிலாளர்களின் பங்கு மிகப்பெரியது. பல வழிகளில் பலர் தங்கள் இன்னுயிரை இழந்தார்கள். அவர்கள் பட்டியலில் ராமுவும் மஸ்தான் பாயும் இன்று இணைந்தார்கள்.

மரித்த அவர்களை அரசு மருத்துவமனைக்குக் கொண்டு சென்றார்கள். ஜோசப்பைக் காண இருவரும் செல்ல வேண்டும் என்று நினைத்திருந்த அதே நாளில் அதே மருத்துவமனையில் கொரோனோவால் மரித்த ஜோசப்பின் உடலுக்கு அருகிலேயே இவர்கள் உடலும் பிணவரையில் வைக்கப்பட்டிருந்தது! ராமுவும் ஜோசப்பும் மஸ்தானும் ஒருமித்து வைக்கப்பட்டிருந்தார்கள்! சமரசம் உலாவும் இடம்!

> “*ராமுவைப் போல மஸ்தான் பாயைப் போல பல துப்புரவுத் தொழிலாளர்கள் கொரோனா காலத்தில் தங்கள் உயிரை இழந்தார்கள். ராமுவைப் போல பலர் தங்கள் வேலையை இழந்து வறுமையில் வாடினார்கள்; மஸ்தானைப் போல பலர் தங்கள் தொழில்களை இழந்தார்கள்; வேலையும் தொழிலும் இழந்தவர்கள் பலர் மனமுடைந்து தற்கொலையும் செய்து கொண்டார்கள். அப்படிப்பட்ட எல்லாருக்கும் இந்தக் கதை அர்ப்பணம்.*”

5

மண(ன)முறிவு

லதா அவசர அவசரமாகக் கிளம்பிக்கொண்டிருந்தாள்.

ஒவ்வொரு வாரமும் ஞாயிற்றுக்கிழமை இப்படித்தான் பொழுது சாயும் லதா வீட்டில். லதா ஒரு மென்பொருள் நிறுவனத்தில் பெங்க-ளூருவில் பணிபுரிகிறாள். கணவன் கோபாலுக்கு கோவையில் வேலை. செய்தி ஊடகம் ஒன்றில் நிருபர். இரண்டு பிள்ளைகள், கோவையில் படிக்கின்றனர். லதா வெள்ளிக்கிழமை இரவு பெங்களூருவில் இருந்து கிளம்பி சனிக்கிழமை காலை கோவை வருவாள். வார இறுதியைக் கணவனோடும் பிள்ளைகளோடும் செலவழித்துவிட்டு ஞாயிற்றுக்கிழமை இரவு கிளம்பி பெங்களூரு செல்வாள். இது தான் கடந்த ஆறு மாதங்-களாக நடக்கும் வழக்கம். லதா கோவைக்கு மாற்றல் பெறலாமென்றால், பெங்களூருவில் நல்ல சம்பளம். அதை விட மனதில்லை. கோபால் பெங்களூருவுக்கு மாற்றல் பெறலாமென்றால், அவனுக்குப் பிறந்த ஊரை விட்டுவர மனமில்லை. பெண்கள் பிறந்த வீட்டைக் கூட விட்டுவிட்டு வர வேண்டும், ஆண்கள் பிறந்த ஊரைக்கூட விட்டு வர வேண்டிய அவசியம் இல்லை! இருபத்தியோராம் நூற்றாண்டிலும் கூட இந்த நிலை இருக்கத்தான் செய்கிறது! வேதனை ஒருபுறம் இருந்தாலும் பெரிதாக வெளிக்காட்டிக் கொள்ளவில்லை லதா. பிள்ளைககளின் முகங்களைக் கண்டால் துன்பங்களெல்லாம் தூளாய்ப் பறந்துவிடும்!

இரவு உணவு சமைத்து வைத்துவிட்டு, அடுத்த வாரத்திற்கு வேண்-டிய இட்லி தோசை மாவு அரைத்து குளிர்சாதனப் பெட்டியில் வைத்து விட்டு, வழக்கமான அறிவுரைகளைச் சொல்லத் தொடங்கினாள் லதா.

"நைட்டு கிச்சடி செஞ்சு வெச்சிருக்கேன், மிக்ஸியிலே சட்னி இருக்கு, மறக்காம எடுத்து சாப்பிடுங்க. கொஞ்சம் நிறையவே அரைச்-சிருக்கேன், மிச்சத்தை இந்த பிளாஸ்டிக் டப்பால போட்டு பிரிட்ஜ்ல வெச்சிருங்க. நாளைக்கும் நல்லா இருக்கும். அடுத்த வாரத்துக்கு இட்லி மாவு அரைச்சு வெச்சிருக்கேன். பொங்கின உடனே வேற பாத்திரத்துல ஊத்தி பிரிட்ஜ்ல வெச்சிருங்க. அப்புறம் அவசரத்துக்கு மாகி நூடுல்ஸ் வாங்கி ஷெல்ப்பில வெச்சிருக்கேன். சும்மா சும்மா அதையே சாப்பிடா-தீங்க, உடம்புக்கு நல்லது இல்ல."

இவ்வளவு நேரம் பிள்ளைகளிடம் பேசுவது போல் தன் கணவன் கோபாலுக்குத் தான் இத்தனை அறிவுறுத்தல்களும். நேராகச் சொன்-னால் அலட்சியமாக ஒரு "ம்ம்ம்" வரும், சில சமயங்கள் அதுவும் வராது. கைப்பேசியை நோண்டிக்கொண்டு உலகத்தில் எதுவுமே நடக்கா-தது போல் உட்கார்ந்திருக்கும் கோபாலைப் பார்த்தால் எரிச்சல் வரும். அதனால் பிள்ளைகளுக்குச் சொல்வதைப் போல் கொஞ்சம் உரக்கச் சொன்னால் அது தனக்குத் தான் என்று புரிந்து கொள்வார் என்ற நம்-பிக்கையில் ஒவ்வொரு வாரமும் தன் கடமையை செய்துவிடுவாள் லதா.

"நல்லா படிக்கணும். அம்மா இவ்வளவு கஷ்டப்பட்டு வேலைக்கு போறது உங்கள நல்ல ஸ்கூல்ல படிக்க வெக்கணும்னு தான். ஹோம்-ஒர்க் ஒழுங்கா செய்யணும். ட்யூஷன் கட் அடிக்காம போனும்."

இது பிள்ளைகளுக்கு. கிச்சடியை ஒரு டப்பாவில் போட்டுக்-கொண்டே பேசிக்கொண்டிருந்தாள் லதா.

"என்ன பண்ணிட்ருக்க? இன்னும் கிளம்பலையா? எத்தனை நேரம்? வார வாரம் இதே பொழப்புத் தான்."

வழக்கமான அர்ச்சனையை ஆரம்பித்தான் கோபால்.

"உங்க அப்பாவுக்கு வேற வேலை இல்ல", வந்த அழுகையை முழுங்கிக்கொண்டு கண் சிமிட்டினாள் லதா. பிள்ளைகளுக்கு முத்த-மிட்டு விடைபெற்றாள்.

பேருந்து நிலையத்திற்குச் செல்ல கோபால் வண்டியில் ஏறினாள்.

பிள்ளைகள் டாட்டா சொல்லிவிட்டுத் தொலைக்காட்சியில் பொம்-மைப்படம் பார்க்கச் சென்றுவிட்டார்கள்.

இம்மியளவும் மாறாமல் இது தான் ஞாயிற்றுக்கிழமை சாயும்காலத்-தில் நடக்கும்.

லதா கோவையில் பணி புரிந்துகொண்டிருக்கும் போது மட்டும் சந்தோஷமாக இருந்துவிடவில்லை. இப்போது அலைச்சலும் குழந்தைகளை பிரிந்திருக்கும் துன்பமும் வாட்டியது என்றால், முன்பு கோபாலின் கடுஞ்சொற்களும் பணப்பற்றாக்குறையும் வாட்டியது. இதில் எந்த வேதனை சிறந்ததென்று பட்டிமன்றமே ஓடும் லதாவின் மனதில்! இரு புறமும் வாதாடித் தீர்ப்பும் அவளே சொல்ல வேண்டும் என்றால் எப்படி? இப்போதைக்குப் போவோம், மற்றதைப் பிறகு பார்த்துக் கொள்ளலாம் என்று ஓடிக்கொண்டிருக்கிறாள் லதா.

பேருந்தில் ஏறி அமர்ந்தாள். வழக்கத்தை விட அன்று கூட்டம் குறைவு. ஒரு மணி நேரம் பயணிகளை ஏற்றுவதற்க்கே சென்றுவிட்டது. லதாவிற்குச் சிந்திக்க நேரமில்லை. பேருந்து நிற்பதும், பயணிகள் ஏறுவதும், கணவனோ மனைவியோ பெற்றோர்களோ தங்கள் மனைவிக்கும் கணவனுக்கும் பிள்ளைக்கும் நடக்கும் பிரிவு உபச்சாரத்தைப் பார்ப்பதுமாக லதாவின் கவனம் இருந்தது.

திடீரென்று அதிர்ந்த கைபேசியை எடுத்தாள்.

"போன் பண்ணா எடுக்க முடியாதா? எவ்வளவு தடவ கூப்புட்றது?"

மறுபுறம் கோபால். பதில் ஒன்றும் சொல்லவில்லை லதா.

"சொல்லுங்க" என்று மட்டும் முணுமுணுத்தாள்.

"கிச்சடிக்கு தொட்டுக்க ஒன்னும் செஞ்சு வெக்கலியா? வெறும் கிச்சடியை எப்படி சாப்பிடறது?"

கோபால் முகம் சுழிப்பது லதாவுக்கு அவன் குரலிலேயே தெரிந்தது.

"சொன்னேனேங்க, மிக்ஸில இருக்குன்னு"

"எவனுக்கு தெரியும்? அத எடுத்து ஒரு பாத்திரத்துல கூட போட்டு வெக்க நேரம் இல்லையா? என்ன பொம்பளையோ? படிச்சிருக்காளாம்."

பதிலை எதிர்பார்க்காமல் இணைப்பைத் துண்டித்தான் கோபால்.

அழுகை பீறிட்டு வந்தது லதாவுக்கு. அருகில் யாரும் இல்லாதது வசதியாக இருந்தது. ஜன்னலோரம் பார்வையைத் திருப்பி, வரும் கண்ணீரைத் தன் துப்பட்டாவால் துடைத்துக்கொண்டாள்.

எண்ணங்கள் லதா மனதில் ஓடத்தொடங்கியது.

இதற்குமேல் நான் என்ன செய்ய வேண்டும். அவர் கொண்டு வரும் சம்பளம் குடும்பம் நடத்தப் போதுமானதாக இல்லை. வேலைக்குப் போகாமல் வீட்டில் இருந்தால் கூட, வக்கணையாக வடித்துக் கொட்டலாம். பேருந்து பெங்களூரு நோக்கி வேகமெடுத்தது, லதாவின் எண்-

ணங்கள் அங்கும் இங்குமாக முன்னும் பின்னுமாக அவளை இழுத்துச் சென்று கொண்டிருந்தது. மனதளவில் சோர்ந்து போனாள் லதா. கால்களின் ஓட்டம் உடலை சோரப் பண்ணுவதைப்போல் எண்ணங்களின் ஓட்டம் மனதைச் சோர்வடையச் செய்யும் போலிருக்கிறது!

லதாவும் கோபாலும் காதலித்துத் தான் திருமணம் செய்து கொண்டனர். ஏதோ தூரத்து உறவு, சில குடும்ப நிகழ்ச்சிகளில் சந்தித்துக் கொண்டனர். முதல் சில நிகழ்வுகளில் பார்வைப் பரிமாற்றம், பின் சிரிப்பு, அறிமுகம் என்று கைபேசி எண்கள் பரிமாறிக் கொள்ளும் அளவு இரண்டு வருடங்களில் உறவு வளர்ந்தது. லதா கல்லூரி முடித்து, கோவையிலேயே ஒரு வேலைக்குச் சேர்ந்திருந்த நேரம். கோபால் வேலை தேடிக்கொண்டிருந்த நேரம். வேலை முடித்து வந்து மணிக்கணக்காக பேசுவாள் லதா. வாங்கும் சம்பளத்தில் அடிக்கடி ஏதோ ஒன்றை கோபாலுக்குப் பரிசளிப்பாள்.

கோபால் அப்படியொன்றும் காதலில் மூழ்கித் திளைக்கவில்லை என்றாலும், காதலித்ததை மறுக்க முடியாது. அவன் கண்களில் காதல் வழியாவிட்டாலும், தெரியும்; குரலில் பாசம் பொங்காவிட்டாலும், எட்டிப் பார்க்கும். லதாவுக்குக் கவிதைகள் கூட எழுதியிருக்கிறான்.

அந்த கோபால் தான் இப்போது இப்படி நடந்து கொள்கிறான் என்று லதாவால் கற்பனை செய்து பார்க்க முடியவில்லை.

எண்ண ஓட்டத்தில் மனம் சோர்ந்து தூங்கிப்போனாள் லதா.

"எலெக்ட்ரானிக் சிட்டி, எலெக்ட்ரானிக் சிட்டி. எலெக்ட்ரானிக் சிட்டியெல்லாம் வந்துருங்க" பேருந்து நடத்துனர் சத்தம் லதாவை மெல்ல எழுப்பியது. ஆழ்கடலில் மூழ்கியிருக்கையில் நீருக்கு வெளியே இருந்து கூப்பிடுவது போல உணர்ந்தாள்.

"மேடம், மேடம், எலெக்ட்ரானிக் சிட்டி வந்திருச்சு மேடம்" லதாவின் இருக்கைக்கு அருகில் வந்து இரண்டு மூன்று முறை சொன்னார் நடத்துனர். லதா உணர்ந்தாள் (விழித்தாள்).

"என்ன மேடம், எப்பவும் கரெக்டா வந்து முன்னாடி நிப்பீங்க, இன்னைக்கு தூங்கிட்டிங்க போலருக்கு"

சிரித்துக் கொண்டே இருக்கையை விட்டு எழுந்து முன்னோக்கி நடந்தாள் லதா.

"தேங்க்ஸ்ங்க" என்று சொல்லியவாறே பேருந்தை விட்டு இறங்கி, ஆட்டோவில் ஏறி அமர்ந்தாள்.

ஐந்து மணிக்கெல்லாம் பெங்களூருவில் வீடு வந்து சேர்ந்தாள் லதா. தன்னோடு பணிபுரியும் இரண்டு சக ஊழியர்களோடு சேர்ந்து ஒரு அடுக்ககத்தில் வீடு வாடகைக்கு எடுத்திருந்தாள்.

"Reached (வந்து சேர்ந்தாகிவிட்டது)" என்ற ஒரு குறுந்செய்தியை கோபாலுக்குத் தட்டிவிட்டு, சிறிது நேரம் கண்ணயர்ந்தாள். வழக்கம் போல கட்டைவிரலைக் காட்டுவது போல ஒரு பொம்மைப்படம் பதிலாக வந்தது கோபாலிடமிருந்து.

மூன்று மணிநேரம் தூங்கியிருப்பாள், எட்டு மணியளவில் எழுந்து அலுவலகம் போகத் தயாரானாள். இரவு கொண்டுவந்த கிச்சடியை சுட வைத்து, கொஞ்சம் சாப்பிட்டுவிட்டுக் கிளம்பினாள்.

நான்கு நாட்கள் எப்படி ஓடியதென்றே தெரியவில்லை, லதா வியந்தாள். வியாழக்கிழமை இரவு, நேரமே வந்து விட்டாள். மறு நாள் ஊருக்குக் கிளம்ப வேண்டும் என்று குழந்தைகளுக்கு வாங்கி வைத்திருந்த தின்பண்டங்கள், மகள் கேட்ட மேல்ச்சட்டை (டாப்ஸ்), மகன் கேட்ட ஜீன்ஸ் என்று எதையும் மறக்காமல் வாங்கி, பயணப் பையில் போட்டுவைத்துவிட்டுத் தொலைக்காட்சியை இயக்கினாள். கொரோனா பற்றிய செய்திகள் அங்கொன்றும் இங்கொன்றுமாக வந்துகொண்டிருந்த காலம். "அண்மைச் செய்திகள்" (பிரேக்கிங் நியூஸ்) என்று ஏதோ வரிகள் பளிச்சிட்டது, ஜேம்ஸ் பாண்ட் பட பின்னணி இசை போன்றதொரு இசையோடு!

"கொரோனா வழிகாட்டுதல்கள்: கொரோனா பரவலை கட்டுப்படுத்தும் விதமாக, மாநிலங்களுக்கு இடையேயான போக்குவரத்து நிறுத்தம். இன்று இரவு பனிரெண்டு மணி முதல் அமல். கர்நாடக தமிழக எல்லைகள் மூடப்படும். இந்தத் தடை பதினைந்து நாட்களுக்கு நீடிக்கும் என்று அரசு அறிவிப்பு."

முதலில் அது பெரிதாகத் தெரியவில்லை. சரி, பதினைந்து நாட்கள் தானே, சமாளித்து விடலாம் என்று நினைத்தாள். பதினைந்து நாட்கள் கழிந்தது. அலுவலகம் மூடப்பட்டது, வீட்டிலிருந்து வேலை செய்யும்படி அறிவுறுத்தப்பட்டது. பதினைந்து பதினைந்து நாட்கள் என்று ஒரு மாதம் உருண்டோடியது.

முதல் இரண்டு வாரங்கள் சமாளித்த கோபால், மூன்றாவது வாரம் தொடங்கி வெறுப்பின் உச்சத்திற்குச் சென்றான். பல கோணங்களில் அவர்களுக்குள் விரிசல் அதிகரித்தது.

"பசங்களுக்கு வீட்டில் இருந்தே ஆன்லைன் கிளாஸ். எனக்கோ வேலைக்கு போனும், கொரோனா செய்திகளைக் கவர் பண்ணனும். லாக் டவுன் எப்படி இருக்கு ஆஸ்பத்திரி நிலைமையெல்லாம் எப்படி இருக்-குனு மேல இருக்கறவன் உயிரை வாங்குறான். நான் என்ன பண்ண? இதுங்க மொபைல் ஒர்க் பண்ணல, நெட் கனக்சன் சரி இல்லனு இவங்க பிரச்னை. இதுல சமைக்கனும், ஹோட்டல்ல வாங்கலாம்னா அதுவும் எல்லாம் மூடி இருக்கு. மளிகை சாமான் விலையெல்லாம் ஏத்தி வெச்-சிருக்கான். நீ மயிரே போச்சுன்னு பெங்களூர்ல உக்காந்துருக்க...."

நாட்கள் செல்லச் செல்ல கோபாலின் வார்த்தைகளும் தடித்துக் கொண்டே சென்றன. லதா பொறுமை இழந்து கொண்டே வந்தாள்.

எப்படியாவது பெங்களூருவில் இருந்து கோவை சென்று விடலாம் என்று முயற்சிக்காத வழியே இல்லை. ஏமாந்தது தான் மிச்சம்.

ஒரு ஓட்டுநர் "இருபதாயிரம் ஆகும் மேடம். ஊரச் சுத்தி போகணும், போலீசுக்காரன் புடிச்சான்னா வண்டிய சீஸ் பண்ணிருவான், அங்கங்க லஞ்சம் குடுக்கணும். நெறய ரிஸ்க் மேடம். இருபதாயிரம் இல்லாம போக முடியாது மேடம், குழந்தைங்க இருக்காங்கனு வேற சொல்றீங்க, ஒரு பதினைஞ்சாயிரம் குடுங்க" என்று நல்லவன் போல் பேரம் பேசி-னான். அறுனூறில் இருந்து ஆயிரம் ரூபாய்க்குள் முடியும் பயணத்-திற்குப் பதினைந்தாயிரம் கூசாமல் கேட்கிறான். சரி, எப்படியாவது ஊர் சென்று சேர்ந்தால் போதும் என்று சம்மதித்து, ஐந்தாயிரம் ரூபாய் முன்-பணம் செலுத்தினால், அத்தோடு தொடர்பு துண்டிக்கப்பட்டது. அவனை அதற்கு மேல் தொடர்பு கொள்ளவே முடியவில்லை.

இன்னொருவன் எண் கிடைத்தது, அவன் ஒரு போக்குவரத்து நிறு-வனம் நடத்துபவன். "இருக்காங்க மேடம், ஒரு பத்து பேரு கோயம்-புத்தூர் போறவங்க இருக்காங்க, ஒரு வேன் ஒன்னு ஏற்பாடு பண்ணி போயிறலாம் மேடம்" என்று இரண்டு வாரங்களாகச் சொல்லிக்கொண்-டிருந்தான், ஒன்றும் நடந்தபாடில்லை.

வீட்டிலோ நிலைமை மோசமாக மாறியிருந்தது. பிள்ளைகள் கோபா-லைக் கண்டாலே பயப்படத் தொடங்கினார்கள். லதாவிடம், எங்கே அப்பா கேட்டுவிடப் போகிறார் என்று, பயந்து பயந்து புகார் சொல்வார்-கள்.

"ஒழுங்கா சாப்பாடு கெடக்கிறதில்லமா, எரிஞ்சு எரிஞ்சு விழறாரு. சாப்பாடு நல்லா இல்லனு சொன்னா, இத செஞ்சு போடறதே பெருசு,

மூடிட்டு தின்னுங்கன்னு திட்டுறார். சில நாள் எங்கேயோ போய்ட்டு லேட்டா வந்தா நாங்க சாப்பிட்டமான்னு கூட கேக்கறது இல்ல. நீ எப்பம்மா வருவ?" என்று பிள்ளைகள் கேட்கும்போது லதாவால் தாங்க முடியவில்லை.

தமிழக அரசு மின்னணு நுழைவு (எலக்ட்ரானிக் பாஸ் அல்லது ஈ-பாஸ்) என்று ஒரு திட்டத்தை அறிமுகப்படுத்தியது. மிகவும் அத்தியாவசிய காரணங்கள் இருந்தால், இந்த அனுமதி பெற்று தமிழக எல்லைக்குள் வரலாம் என்று சொல்லப்பட்டது. ஆரம்ப நாட்களில் அந்தத் திட்டம் சரியாகச் செயல்படவில்லை, வலைத்தளம் சரியாக வேலை செய்யவில்லை என்று ஏகப்பட்ட குளறுபடி. அதிலும் லஞ்சமும் ஊழலும் இல்லாமல் இல்லை. ஈ-பாஸ் வாங்க இரண்டாயிரம், கோயம்புத்தூர் செல்ல பத்தாயிரம், காசு போனால் பரவாயில்லை என்று லதா ஒரு வழியாக கோயம்புத்தூர் வந்து சேர்ந்தாள்.

வந்தவளுக்கு அதிர்ச்சி மேல் அதிர்ச்சி காத்திருந்தது. கோபால் நிறைய மாறியிருந்தான். ஏற்கனவே சிடுசிடுவென்று எரிந்து விழுந்து கொண்டிருந்தவன் கெட்ட வார்த்தைகளில் பேச ஆரம்பித்திருந்தான். பிள்ளைகள் முன்பே லதாவை கன்னா பின்னா என்று திட்ட ஆரம்பித்தான். சரி, ஏதோ வேலையில் பிரச்சனை என்று லதா அமைதி காத்தாள். ஒரு வாரத்திற்குப் பின்னர் தான் தெரிந்தது கோபாலுக்கு வேலை போய்விட்டதென்று. அதுவும் அவன் சொல்லவில்லை. அவனுடைய நண்பன் ஒருவன் மூலம் அறிந்து கொண்டாள் லதா.

அன்று கோபால் வந்தவுடன் மெல்ல ஆரம்பித்தாள்.

"என்னங்க..."

பதில் ஒன்றும் இல்லை.

"என்னங்க, உங்களைத்தான்"

"என்ன" எரிந்து விழுந்தான் கோபால்.

"உங்க பிரெண்ட் சேகர பாத்தேன், உங்களுக்கு வேலை போச்சுன்னு சொன்னார். உண்மையா?"

மறுபடியும் பதில் இல்லை.

"உங்களைத்தான் கேக்குறேன், உண்மையா?"

"ஆமா, அதுக்கு இப்போ என்னங்கற?"

"என்கிட்ட சொல்லிருக்கலாம்ல"

"உன்கிட்ட சொல்லி நீ என்ன கிழிப்ப? ஏற்கனவே உனக்கு என்னவிட அதிகமா சம்பாதிக்கறேங்கற திமிரு. இதுல எனக்கு வேலை வேற போயிருச்சுன்னு சொன்னா என்ன வேலைக்காரன் மாதிரி நடத்துவ. ஏற்கனவே புருஷங்கற மரியாதை இல்ல உனக்கு. இங்க என்ன பண்ணுவாங்கன்னு கொஞ்சங்கூட கவலையில்லாம பெங்களூர்ல சவுரியமா இருந்துட்ட! இதுல உங்கட்ட வந்து சொல்லனுமாக்கும்?"

"நீங்க ரொம்ப தப்பா பேசறீங்க கோபால்"

"என்னடி பேர் சொல்லி கூப்படற? திமிரா? பூனை இளைச்சா எலிக்குக் கொண்டாட்டம் தான்"

"உங்கள அப்படித் தானே கூப்டிட்டு இருந்தேன்"

"அது கல்யாணத்துக்கு முன்னாடி, இப்போ மரியாதையா கூப்பிடு இல்ல செவுனி பிஞ்சுரும்"

"வேண்டாங்க, உங்க வார்த்தையெல்லாம் வர வர சரியில்ல"

"என்னடி சரியில்ல?" என்று கோபத்தில் லதாவை கன்னத்தில் அறைந்தான் கோபால்.

இதுவரை அடிக்கக் கை ஓங்காத கோபால் இப்படி அடிப்பான் என்று லதா எதிர்பார்க்கவில்லை. அழுது கொண்டே படுக்கையறைக்குச் சென்றாள்.

"சும்மா நடிக்காத! ஒப்பாரி வெச்சு ஊரைக்கூட்டி என் மானத்த வாங்காத, உன்ன கொன்னே போட்ருவேன்" என்று பிதற்றத் தொடங்கினான். அப்போது தான் தெரிந்தது கோபால் குடிக்கவும் தொடங்கியிருக்கிறான் என்று.

சில நாட்கள் அமைதி காத்தாள் லதா. கோபால் திருந்துவதாகத் தெரியவில்லை. வீட்டிலே இருந்தாலும் கூட ஒரு வேலையும் செய்வதில்லை. லதா வீட்டிலிருந்து வேலையும் பார்த்து, குழந்தைகளையும் கவனித்து, கோபாலயும் கவனித்து அவனுடைய இழிச்சொல்லையும் ஏற்று எத்தனை நாட்கள் சமாளிக்க முடியும்?

மறுபடியும் ஒரு வாரத்தில் ஒரு பெரிய சண்டை. கோபால் மறுபடியும் லதாவைக் கன்னத்தில் அறைந்தான், பேசத்தகாத வார்த்தைகளைப் பேசினான்.

கோபத்தின் உச்சியில் லதா திரும்பி கோபாலின் கன்னத்தில் அறைந்தாள்.

"ச்சீ, நீயெல்லாம் ஒரு ஆம்பளையா? ரெண்டு புள்ளய பெத்துட்டு அவங்க முன்னாடியே பொண்டாட்டிய அடிக்கிற, கேவலமா பேசுற, உனக்கு வெக்கமா இல்ல? இனி உன்கூட ஒரு நிமிஷம் கூட வாழ முடியாது. என்னத் தேடி எங்கயும் வந்துறாத"

பதில் எதிர்பார்க்காமல் பிள்ளைகளையும் கூட்டிப் படியிறங்கினாள் லதா.

கோபால் அதிர்ச்சியில் இருந்து மீள முடியாமல் அப்படியே தரையில் உட்கார்ந்தான், விழிகள் வெறித்து வாசலையே பார்த்துக் கொண்டிருந்தன.

தொலைக்காட்சியில் ஒரு சிறு பெண்,

"நாணும் அச்சமும் நாய்கட்கு வேண்டுமாம்;
ஞான நல்லறம் வீர சுதந்திரம்
பேணு நற்குடிப் பெண்ணின் குணங்களாம்"

என்று பாரதியின் கவிதையை உரக்கச் சொல்லிக்கொண்டிருந்தாள்!

"லதாவைப் போல் எண்ணற்ற பெண்கள் கொரோனா காலங்களில் பட்ட துன்பங்களைச் சொல்லி மாளாது. வேலைக்குச் செல்லும் பெண்கள், அலுவலகத்தில் உயரதிகாரியிடம் திட்டு, வீட்டில் எல்லா வேலையும் தானே செய்தும் திருப்திப்படாத குடும்பம் என்று அனுபவித்த இன்னல்கள் ஏராளம். சிலருக்கு வேலை போனது, வருமானம் குறைந்தது. வீட்டிலேயே இருந்ததால் பல கணவன் மனைவியரின் சுயரூபம் தெரிய ஆரம்பித்தது. இப்படிப் பல காரணங்களால் மணமுறிவுகள் முன்னெப்போதும் இருந்ததை விடப் பன்மடங்கு கொரோனா காலங்களில் அதிகரித்தது. பல இன்னல்களையும் துன்பங்களையும் அனுபவித்த குடும்பங்களுக்கு இந்தக் கதை அர்ப்பணம்."

6

மடமை

ராக்கிமுத்து வழக்கம் போல காலையில் எழுந்து மஞ்சள் பொடியும் வேப்பிலையும் கலந்த தண்ணீரை எடுத்து வீட்டைச் சுற்றிலும் தெளிக்க ஆரம்பித்தான். வாயில் கதவு முழுவதும் வாடிய வேப்பிலை கட்டப்பட்டிருந்தது. வெளியே சென்று கொத்துக் கொத்தாக வேப்பிலையைப் பறித்து வந்து, காய்ந்தவற்றை எடுத்துவிட்டுப் புதிய இலைகளைக் கட்டினான்.

"ஏங்க காலங்காத்தால உங்குளுக்கு வேற வேலபொழப்பே இல்லீங்களா? அதான் தம்பி சொன்னானல்ல, இதெல்லாம் கட்டினா கொரோனாவ தடுக்காதுன்னு..." மகேஸ்வரி காஃபி கோப்பையுடன் வந்து நின்றாள்.

"ஆமா போடி, உன்ற பையனுக்குத்தேன் அல்லாம் தெரியுற மாற. இதெல்லாம் ஆண்டாண்டு காலமா நம்மள காப்பாத்திட்டு வர்ற சாமி டி. உன்ற பையன் பட்டணத்துல படிச்சிட்டான்னா இதெல்லாம் பொய்னு சொல்லுவானாக்கும்". காஃபி கோப்பையை கையில் வாங்கிக்கொண்டே ராக்கிமுத்து சீறினான்.

மகேஸ்வரி ஒரு பார்வை பார்த்துவிட்டு உள்ளே சென்றுவிட்டாள்.

"இவளுக்கும் இவ மவனுக்கும் வேற வேலையில்ல, நம்மள நோன்றதேதான் பொழப்பு. இவளொரு படிக்காத முட்டாள், இவ பையனொரு படிச்ச முட்டாள்" புலம்பிக்கொண்டே காஃபியை பருகினான் ராக்கிமுத்து.

கொரோனா பெருந்தொற்று வந்ததில் இருந்து, ராக்கிமுத்துவின் வாட்ஸாப்ப் விடாமல் ஒலித்துக்கொண்டே இருக்கிறது. மிகப்பெரிய

ஞானிகளும் விஞ்ஞானிகளும் கொரோனா தடுப்பைக் குறித்தும், பாதிப்பைக் குறித்தும், வைத்திய முறைகளைக் குறித்தும் அனுப்பும் காணொளிகள் தான் ராக்கிமுத்துவுக்கு வேத வாக்குகள். அப்படி ஆரம்பித்தது தான் இந்த மஞ்சள் தண்ணீர் வேப்பிலை எல்லாம்.

காஃபியை குடித்துவிட்டு கோப்பையை கீழே வைப்பதற்குள், நண்பன் ராமசாமி வந்தான்.

"முத்து, காபி குடிக்கறாப்ல இருக்குது."

"ஆமாங்ண்ணா, வாசல்ல வேப்பலையெல்லாம் மாத்திப்போட்டு இப்போ தானுங்க உக்காந்தேன். வாங்ண்ணா"

ராமசாமி உள்ளே வந்து திண்ணையில் அமர்ந்தார்.

"மகேசு, அண்ணன் வந்துருக்குறாரு பாரு, காபி கொண்டா"

மகேஸ்வரி வெளியே வந்து வரவேற்றாள்.

"அண்ணா வாங்ண்ணா, அண்ணி வூட்லீங்களா?"

"ஆமா அம்மணி, ஏதோ மேலுக்கு முடிலேன்னு படுத்துட்டிருக்கறா"

"என்னாச்சுங்க? ஆஸ்பத்திரி கூட்டிட்டு போனீங்களா"

"இல்லமா, சும்மா தலைவலி ஒடம்பு வலின்னு எப்போவும் வர்றதுதேன், என்னத்த போயி ஆஸ்பத்திரி போறது. சும்மா இருந்த சங்க ஊதி கெடுத்த மாற, இல்லாத வ்யாதியெல்லாம் சொல்லி மருந்து தருவானுக. மிளகு ரசம் வெச்சு தின்னுபோட்டு செத்த படுத்தா செரியாப்போகுது. என்ன முத்து?"

"சரிதானுங், இன்னிக்கெல்லாம் எவன நம்ப முடிதுங்?"

"என்னங்க, நீங்களும் அண்ணனோட சேந்துகிட்டு, நான் போயி அண்ணிய ஒரு எட்டு பாத்துப்போட்டு வரோணும். இருங்க, உங்களுக்கு காபி குடுத்துப்போட்டு, அண்ணிக்கும் கொஞ்சம் எடுத்துட்டு போறனுங்க"

சொல்லிக்கொண்டே மீண்டும் வீட்டுக்குள் சென்றாள் மகேஸ்வரி.

"இந்தப் பஞ்சாயத்துலேந்து ஏதோ கொரோனா டெஸ்ட் எடுக்கோணும்னு தண்டால் போட்டுட்டு இருந்தானுக, எடுக்கோணும்ங்களாண்ணா?"

"வேற வேலையில்லேனா போ தம்பி, இவுனுக கணக்கு காமிக்கறதுக்கு நம்மள கூப்படறானுக. இப்பிடித்தான் நம்ம மாடசாமி இருக்கறானல்ல?"

"எந்த மாடசாமிங்க? நம்ம நல்லிக்கவுண்டம்பாளையங்களா?"

"ஆமாமா, அவன் தான். ஏதோ கொஞ்சம் ஒடம்பு சூடா இருந்-ததுன்னுபோட்டு கொரோனா டெஸ்ட்க்கு கூட்டிபோனானுக. அப்புறம் பாஸிட்டிவா இருக்குதுன்னுபோட்டு அப்பிடியே ஆஸ்பத்திரி தூக்கிட்டு போய்ட்டானுக, பாவம் பொஞ்சாதி புள்ளைங்கள அல்லாம் வூட்ல அடைச்சுட்டானுக. அவனும் இவிங்கள பாக்க முடில. பொழப்ப பாரு. நம்மளையும் டெஸ்டு பண்ணிட்டு இது இருக்குது அது இருக்குதுன்னு எங்கயாது கூட்டிப்போயிருவானுக. சூதானமா இருக்கோணும் தம்பி."

"ஓ அதுவும் அப்பிடிங்களா. நேத்து தானுங்க நண்பர் ஒருத்தர் மெட்-ராஸ்லேர்ந்து வாட்சப்பில ஒரு பதிவு போட்ருந்தாரு. அவுங்க ஏரி-யாவுலயும் கிருமி பரவுதுங்கலாமா. இந்த துலுக்கனுக ஏதோ மீட்டிங் போட்டாங்களாமே டெல்லில, அந்த பேரு கூட நமக்கு வாயில நொழை-யாதுங்க, தவ்வீதா தவ்வேதா (தப்லிகி ஜமாத்) என்னமோ சொன்னா-னுங்க; அங்க போய்ட்டு வந்துபோட்டு நம்ம உசுர வாங்குறானுங்க; அல்-லாம் அவுனுங்க பரப்புவது தாங்க..."

"அப்பிடியா தம்பி, இது நமக்கு தெரியாம போச்சு பாரு"

"ஆமாங்ண்ணா, இந்த வாட்ஸாப்ப் இருக்கறது நமக்கு ரொம்ப சவு-ரியமா போச்சுங். எங்க என்ன நடந்தாலும் ஒடனே வந்துருமுங்க."

"என்ன எழவோ தம்பி, நமக்கு டீவில செய்தி பாத்தே கோவம் வருது, இதுல இதெல்லாம் வேற..."

மகேஸ்வரி ராமசாமிக்குக் காஃபி கொடுத்துவிட்டு, ராக்கிமுத்துவைக் கொஞ்சம் கடுப்புடன் பார்த்துக்கொண்டிருந்தாள்.

"சரி தம்பி, சும்மா தான் வந்தேன். நான் அப்டியே தோட்டத்துக்கு போய்ட்டு பொறவு ஊட்டுக்கு போகோணும், வரட்டுமா?"

"சாப்டுட்டு போலாங்ண்ணா" மகேஸ்வரி இடைமறித்தாள்.

"இல்ல அம்மணி, தோட்டத்துல கொஞ்சம் வேலையிருக்குது, போகோணும்"

"சரிங், நான் ரசம் வெச்சுப்போட்டு, அண்ணிக்கு கொண்டுபோய் குடுத்துட்டு வரனுங்க."

"சரிம்மா. முத்து வரட்டுமா?"

"சரிங்ண்ணா, ஏதாதுன்னா கூப்புடுங்ண்ணா"

விடை பெற்றார் ராமசாமி. கட்டுப்படுத்திய கடுப்பை முழுவதுமாக கணவனை நோக்கி வீசினாள் மகேஸ்வரி.

"ஏனுங்க, உங்களுக்கு புத்தி ரோசனை எதுவும் இல்லீங்களா?"

"என்ன புத்தி ரோசன இல்லாம பண்ணிப்போட்டாங்கன்னு இந்த கத்து கத்தற?"

"மத்தவிங்கள பத்தி அப்படி பேசாதீங்கன்னு தம்பி சொன்னானல்ல? நம்ம பிரதமர் கூடத்தான் அந்த அமெரிக்காகாரனோட சேந்து ஏதோ கூட்டம் போட்டாரு (நமஸ்தே டிரம்ப்)."

"உனக்கு தெரியுமாக்கும் அஞ்சாறு? உன்ற பையன் பேச்ச கேட்டுப்போட்டு ரொம்ப தெரிஞ்சவளாட்டம் ஆடிட்டு இருக்குற, இது நல்லதுக்கில்ல"

"நல்லது சொன்னா கொஞ்சம் கேளுங்கோ, சொல்றது சின்னவீங்களா இருந்தா என்ன மூத்தவீங்களா இருந்தா என்ன?"

"அல்லாம் எங்களுக்கு தெரியும், நீ உன்ற பொழப்ப பாரு. புத்தி சொல்ல வந்துட்டா. அல்லா செய்தி சேனல்லையும் சொல்றானுக, இவுளுக்கும் இவ மவனுக்கும் மட்டும் ஆகாசத்துலேந்து செய்தி வருது போல. இங்க இருந்தா உன்கூட ரோதனயாதேன் இருக்கும், நான் டவுனுக்கு போய்ட்டுவாரேன்"

"இப்ப எதுக்கு வெட்டியா டவுனுக்கு? ஒரு கெடைல இருக்கமுடியாது, என்னமோ பண்ணுங்க"

"ஒரு ஆம்பள வெளில தெருவுல போகாம பொம்பள மாற வூட்லயே இருக்கோணுமாக்கும்? எந்த ஊரு நியாயம் டி இது? சும்மா அல்லாத்துக்கும் ஏதாது சொல்லிட்டே இருந்தீன்னா வெவகாரமாய்ப்போயிரும் பாத்துக்க"

"என்னமோ பண்ணுங்கோ, போகும்போது இந்தாருங்கோ, இந்த மாஸ்க போட்டுட்டு போங்க"

"மாஸ்க் போட்டாத்தேன் வியாதி வரும், நல்ல காத்த சுவாசிக்க விடாம அது என்ன கவசமோ கன்றாவியோ. வாயில ரெண்டு குறுமிளக போட்டுட்டு போனா போதும், ஒரு கிருமியும் வராது"

வாட்ஸாப்ப் பல்கலைக்கழகம் கற்றுக்கொடுத்த பாடங்களில் ஒன்று இந்த குறுமிளகு வைத்தியம் .

இதற்குமேல் பேசினால் சண்டை முற்றிவிடும் என்று ஒன்றும் பேசாமல் உள்ளே சென்றுவிட்டாள் மகேஸ்வரி.

ராக்கிமுத்து வெளியே சென்று பத்து நிமிடத்தில் மகேஸ்வரியின் கைபேசி ஒலித்தது. மகன் குமார் சென்னையிலிருந்து.

"மா, எப்படி இருக்குறீங்க?"

"நல்லா இருக்கேங்கன்னு, நீ எப்படி இருக்க சாமி?"

"நல்லா இருக்கனுங்க"

"சாப்டியா சாமி?"

"இன்னும் இல்லீங்மா, இட்லி ஆர்டர் பண்ணிருக்கங்மா, பத்து நிமி-ஷத்துல வந்துரும்"

"சரி கண்ணு, நல்லா சாப்புடு சாமி. வேல வேலைனு பட்டினி கெடக்காத"

"சரிங்மா. அப்பா வீட்லிங்களா?"

"அத ஏன் சாமி கேக்கற? இம்புட்டு நேரம் ஓரியாண்டு போட்டு இப்-போதேன் டவுனுக்குப் போனாரு"

"எதுக்கும்மா சும்மா வெளில போறாரு? நீ போகாதேன்னு சொல்ல வேண்டிதானே?"

"நான் சொன்னா உங்கப்பா ஒடனே கேற்றுவாரா? போ சாமி"

"மாஸ்க் போட்டுட்டுப் போனாரா?"

"சொன்னேன், கேக்கல. மிளகு போட்டுட்டு மென்னுக்கிட்டே போனா ஒரு கிருமியும் வராதுன்னு சொல்லிப்போட்டு ரெண்டு மிளக எடுத்துக்-கிட்டுப் போய்ட்டாரு"

"என்னங்மா? ஏனுங்மா இப்டி பண்றாரு?"

"யாரு சாமி சொல்றது? சரி, நீ இத நெனச்சுக்கிட்டு இருக்காத, வேலைய பாரு சாமி. பொழுதோட கூப்புடு"

"சரிங்மா"

இப்படியே ஓரிரு வாரங்கள் கடந்தது. ராக்கிமுத்து வழக்கம்போல வாட்ஸாப்ப் பல்கலைக்கழகத்தில் பாடங்கள் படிப்பதும், கடைப்பிடிப்பதும் மாஸ்க் அணியாமல் வெளியே செல்வதுமாக இருந்தான். இரண்டு வாரங்களுக்குப் பின் ராக்கிமுத்து இரும ஆரம்பித்தான். மகேஸ்வரியும் பெரிதாகக் கண்டுகொள்ளவில்லை.

இருமல் அதிகமாக வர, ஆஸ்பத்திரிக்கு அழைத்தாள் மகேஸ்வரி. மறுத்துவிட்டான் ராக்கிமுத்து.

"பால்ல மஞ்சளும் குறுமிளகும் போட்டு குடு, அது போதும். சும்மா இருமலுக்கெல்லாம் ஆஸ்பத்திரி போய்ட்டு" என்றான்.

அடுத்த நாள் இருமல் இன்னும் அதிகமானது. மூச்சுவிட கொஞ்சம் சிரமப்பட ஆரம்பித்தான். அப்பவும் மகேஸ்வரி அழைத்தாள், ஆஸ்பத்-திரி போக மறுத்துவிட்டான்.

"ஆவி புடிச்சா அல்லா மூக்கடைப்பும் போயிரும், கிருமியிருந்தாலும் செத்துரும்" என்று சொல்லி தினம் பத்து முறை கொதிக்கும் நீர் கொண்டு ஆவி பிடித்தான்.

மறுநாள் சுத்தமாக மூச்சுவிட முடியாமல் கஷ்டப்பட்டான். அப்போது தான் ராக்கிமுத்து மனதில் பயம் தோன்றத் தொடங்கியது. மனைவியிடம் கேட்கவும் வெட்கமாக இருந்தது. இவ்வளவு நாள் ஜம்பம் செய்துவிட்டு இப்போது எப்படி தலைகுனிவது என்று.

இருந்தாலும் வெட்கத்தை விட்டுச் சொன்னான்.

"மகேசு, எனக்கு நொம்ப மூச்சுவிட முடில. ஆஸ்பத்திரி போலாமா?"

"இதத்தானுங்க மூணு நாலா கேட்டுட்டிருக்கிறேன், வெரசலா போலாம் வாங்க"

யாரும் சொல்லாமலே ராக்கிமுத்து முகக்கவசம் அணிந்துகொண்டான். பக்கத்தில் இருக்கும் ஆரம்ப சுகாதார மையத்திற்குச் சென்றார்கள். ராக்கிமுத்துவின் நிலையைப் பார்த்துவிட்டு,

"அக்கா, அண்ணன பெரியாஸ்பத்திரி கூட்டிட்டு போயிருங்கா. அண்ணன் சொல்றதையெல்லாம் பாத்தா கொரோனா மாறித்தான் தெரிதுங்"

"என்ன சாமி சொல்ற? இந்த மனுஷன்கிட்ட மூணு நாலா சொல்லிற்றுக்கேன் சாமி, பிடிவாதம் புடிச்சுகிட்டு வூட்லயே இருந்தாரு. குமாரும் மெட்ராஸ்ல இருக்கிறான், இவருக்கு இப்படி இருக்குனு சொன்னா கஷ்டப்படுவானேன்னு சொல்லல. என்ன பண்றதுன்னே தெரில சாமி"

"இருங்க்கா, ஆம்புலன்சுக்கு போன் பண்ணி பாக்கறேன்"

அங்கே இருந்த செவிலியர் ஆம்புலன்ஸை அழைத்தார்கள், கிடைக்கவில்லை.

"அக்கா, ஆம்புலன்ஸ் கிடைக்கலீங்க. ஆட்டோ ஏதாது வெச்சிட்டு போய்டுங்க. ஆனா, ஆட்டோவும் கிடைக்கறது இல்லேங்க, அதுவும் இருமிட்டு மூச்சுவிட முடியாமெல்லாம் இருந்தா, யாரும் ஆட்டோல ஏத்தறதில்லீங்க."

"என்ன சாமி இப்படி சொல்லீட்ட? எனக்கு என்ன பண்றதுன்னே தெரிலயே"

புலம்பிக்கொண்டே வாசலில் நின்றாள் மகேஸ்வரி.

"அண்ணே, ராமசாமி அண்ணனுங்களா? நான் மகேசு பேசறங்ண்ணா"

"சொல்லு அம்மணி"

"அண்ணா அவருக்கு இப்படி முடியாம ஆகிருச்சுங்க, பெரியாஸ்பத்திரி கூட்டிப்போகச் சொல்றாங்க"

"அப்படியா? எனக்கும் கொஞ்சம் முடியாமத்தான் இருக்கு கண்ணு, நம்ம வண்டிவேற ரிப்பேரு. ஆட்டோ கீட்டோ வெச்சு போயிரு சாமி, நான் அப்புறம் வந்து ஆஸ்பத்திரில பாக்குறேன்"

பதிலுக்கு எதிர்பாராமல் போன் இணைப்பு துண்டிக்கப்பட்டது. மகேஸ்வரிக்கு என்ன செய்வதென்றே தெரியவில்லை.

குமாருக்கு போன் செய்து விஷயத்தை கூறினாள். பதறினான் குமார்.

"என்னமா? இதைக்கூடவா என்கிட்டேந்து மறைப்பீங்க? லாக்டௌன் வேற போட்டிருக்காங்க, நான் வரவும் முடியாது. சரி இரும்மா, என் பிரெண்ட்ஸ்க்கு போன் பண்ணி பாக்குறேன், யாரையாவது சீக்கிரம் வந்து கூட்டிட்டுப் போகச் சொல்றேன்.

ஒரு பதினைந்து நிமிடத்தில் குமாருடைய நண்பர்கள் இருவர் வந்து மகிழுந்தில் அழைத்துச் சென்றனர். மருத்துவமனைக்குச் சென்று ராக்கிமுத்துவை சேர்த்தார்கள். அவனுடைய பிராணவாயு அளவு மிகக் குறைவாக இருந்தது. பிராணவாயு உருளைகளுக்கும் தட்டுப்பாடு, விலை மிக உயர்த்தி விற்கப்பட்டுக் கொண்டிருந்தது. எப்படியோ அவரையும் இவரையும் பிடித்து குமாருடைய நண்பர்கள் ஏற்பாடு செய்து கொடுத்தார்கள். குமார் வேலைக்குச் சென்று சேர்த்து வைத்திருந்த மொத்த சேமிப்பும் வாயுவாய்க் கசிந்தது.

பத்து நாட்கள் மருத்துவமனையில் இருந்தான் ராக்கிமுத்து. வாழ்க்கையின் பல பாடங்களை, வாட்ஸாப்ப் பல்கலைக்கழகம் சொல்லிக் கொடுக்காத பலவற்றை, அந்த பத்து நாட்கள் மருத்துவமனை வாசம் அவனுக்குக் கற்றுக்கொடுத்தது.

உடல்நலம் தேறி பத்து நாட்கள் கழித்து மறுபடியும் குமாருடைய நண்பர்கள் வந்து வீட்டிற்கு அழைத்துச்செல்ல வந்திருந்தனர். முகக்கவசம் அணிந்து மருத்துவமனை வாசலில் காத்திருந்தான் ராக்கிமுத்து. அந்த பத்து நாட்களில் உயிரோடு மருத்துவமனையில் அனுமதிக்கப்பட்ட பலர் சடலமாக வெளியே செல்வதைப் பார்த்திருக்கிறான், இப்போதும் ஒரு சடலம் ஆம்புலன்ஸில் எடுத்துச் செல்லப்படுகிறது. பலருக்கு நன்றி சொல்லவேண்டும் என்று தோன்றியது, உடலில் பெலனில்லை, வாயில் வார்த்தைகள் வரவில்லை, இதயம் கனத்திருந்தது.

மகிழுந்தில் ஏறி அமர்ந்தான், மகேஸ்வரி உடன் அமர்ந்தாள்.

"எப்படி இருக்குறீங்க? செத்துப்போய் பொழச்சு வந்துருக்கறீங்க, நானும் குமாரும் இந்த பத்து நாள் பட்ட பாடு எங்களுக்கு தான் தெரியும்."

பதில் எதுவும் சொல்லாமல் தலையசைத்தான் ராக்கிமுத்து.

"குமாரு வரலையா?"

தன் மகனை பெயர் சொல்லி அழைத்து பல ஆண்டுகள் ஆகிறது. "உன்ற பையன் வரலியா" என்று தான் கேட்டிருப்பான். மகேஸ்வரிக்கு ஆச்சரியம்.

"இல்லீங்க, அடுத்த வாரம் ஊரடங்கு தளர்த்தீருவாங்கலாமா, அப்ப வருவானுங்க"

மௌனமாய் தலையசைத்தான் ராக்கிமுத்து.

வீடுவந்து சேர்ந்தார்கள்.

"சரிங்ப்பா, குமார்ட்ட சொல்லீருங்க" என்று சொல்லி விடை பெற்றார்கள் குமாரின் நண்பர்கள்.

அவர்கள் மகிழுந்தில் ஏறி அமர்ந்து கிளம்பும்போது, ராக்கிமுத்துவின் பார்வை மகிழுந்தின் பின்னால் எழுதியிருந்த வாசகத்தின் மேல் விழுந்தது.

"இறைவன் மிகப் பெரியவன்"

விழிகளின் ஓரத்தில் லேசாய் கண்ணீர் எட்டிப்பார்த்தது.

> ***"ராக்கிமுத்துவைப் போல பலர் வதந்திகளையும் சமூக ஊடகங்களில் வரும் தவறான செய்திகளையும் நம்பி பலரை வார்த்தைகளாலும் செய்கைகளாலும் காயப்படுத்தினார்கள்; சமூக ஊடகங்களில் வரும் தகவல்களையும் கைசிகிச்சைகளையும் செய்து பலர் தங்கள் இன்னுயிரை இழந்திருக்கிறார்கள். செய்திகள் பெருகியிருக்கிற இந்தக் காலத்தில் மடமையும் பெருகியிருக்கிறது, அந்த மடமை பல மனித உயிர்களைக் காவு வாங்கிக் கொண்டும் இருக்கிறது. மடமையினால் துன்பத்திற்கு உள்ளான அனைவருக்கும், மடமையினால் துன்பத்திற்கு உள்ளாக்கப்பட்டவர்களுக்கும் இந்தக் கதை அர்ப்பணம்."***

7

பயணம்

"அப்புறம்?"

"நீ சொல்லு"

"நீங்க சொல்லுங்க"

சங்கரும் சாந்தியும் வழக்கம் போல உரையாடிக்கொண்டிருந்தனர். நடுநிசியில் சோர்வில்லாமல் ஒரே வார்த்தைகளைத் திரும்பத் திரும்பச் சொல்வதும் கேட்பதும் இந்தக் காதலர்களுக்குத் தான் முடியும். அதுவும் எதிர்பாலினத்தாரோடு அதிகம் பேசிப் பழக்கமில்லாத, திருமணம் நிச்சயிக்கப்பட்ட பிறகு கல்யாணத்திற்காகக் காத்திருக்கும் ஜோடிகளின் பேச்சுகள், சுயநினைவுள்ள அறிவுமிக்க ஓர் சாதாரண மனிதனின் மூளைக்கு அப்பாற்பட்டதாய்த் தோன்றும். அந்த சுயநினைவுள்ள அறிவுமிக்க ஓர் சாதாரண மனிதன் காதல் வயப்பட்டால், அவனும் அவன் காதலியோடு அப்படித்தான் பேசுவான் என்பது பல சமயங்களில் அவனுக்கே தெரியாது.

சங்கரும் அப்படித்தான். பிறந்து வளர்ந்ததெல்லாம் சென்னையில். படிப்பின் மீது படு ஆர்வம். படிக்கும் வயதில் காதல் கீதல் எட்டாத விஷயம். காதலில் எல்லாம் அவனுக்கு நம்பிக்கை இல்லை.

"படிக்கிற வயசில் என்ன காதல் வேண்டியிருக்கு?" அம்மா சிவகாமியின் குரல் இன்னும் அவன் காதில் ஒலித்துக் கொண்டுதான் இருக்கிறது. சிவகாமி நேரடியாக தன் மகனிடம் காதல் செய்யக்கூடாது என்று சொல்லாவிடிலும், தன் எண்ண ஓட்டத்தைப் பலமுறை பல வழிகளில் தெரியப்படுத்தி இருக்கிறாள். அப்பா இல்லாமல் வளர்ந்த சங்கருக்கு

அம்மாவின் எண்ணத்தை மீறவோ மாற்றவோ மனதில்லை. மேலும் அவன் குடும்ப சூழல் அவனை முன்னேறும்படி தூண்டிக்கொண்டே இருந்தது. காதலிகள் உள்ள அவன் நண்பர்கள் அவனைக் கிண்டல் செய்யும்போது, ஒரு திருக்குறளை மட்டுமே பதிலாகச் சொல்வான்.

“"மனைவிழைவார் மாண்பயன் எய்தார் வினைவிழையார்
வேண்டாப் பொருளும் அது."”

இந்தக் குறள் திருமணமான பின் கணவன் மனைவியிடம் கொள்ளும் உறவைப்பற்றியது என்றாலும், காதலிக்கும் ஆண்களுக்கும் பொருந்தும் என்பது சங்கரின் கருத்து.

கல்லூரி விடுதியில் (முற்காலத்தில்) எல்லோரும் உறங்கும் நேரத்தில் காதலிக்கும் மாணவர்களின் போர்வைக்குள் மட்டும் வெளிச்சம் பிரகாசிக்கும்; "ம்ம் ம்ம், நீ சொல்லு, இல்ல நீ சொல்லு, நீ போன் கட் பண்ணு, இல்ல நீ மொதல்ல கட் பண்ணு" என்று ஈன ஸ்வரம் முழங்கும். சங்கர் தன்னைப் போன்ற காதலிக்காத அல்லது காதலி இல்லாத நண்பர்களோடு சேர்ந்து கலாய்த்துத் தள்ளுவான். இவனோடு சேர்ந்து கலாய்த்த சிலர் காதலி கிடைத்ததும் எதிரணியில் சேர்ந்து விடுவார்கள். காதலிக்கும் ஆசை இருந்தும், கிடைக்காத விரக்தியில் சங்கரோடு காதலர்களைக் கலாய்த்து தங்கள் பொறாமையை சற்று ஆற்றிக்கொள்ளுவார்கள். காதல் செய்யவில்லையே தவிர சங்கர் முதல் வரிசை மாணவன் ஒன்றும் இல்லை. எண்பது சதவிகிதம் வாங்கிவிடுவான், கூடைப்பந்து விளையாடுவான், ஒரு சிறிய நண்பர் பட்டாளமும் உண்டு. மூக்குக் கண்ணாடி அணிந்த, எப்பொழுதும் படித்துக்கொண்டிருக்கும் அந்தக் கூட்டத்தில் சங்கர் எப்போதும் இருந்ததில்லை.

கல்லூரி நாட்கள் அப்படியே ஓடிவிட்டது. கல்லூரி படிக்கும் காலத்திலேயே கோடை விடுமுறையில் சில நிறுவனங்களில் உள்ளுறை பயிற்சி (இன்டெர்ன்ஷிப்) மேற்கொண்டிருந்தான். அவன் பயிற்சிக்குச் சென்ற ஒரு நிறுவனம் படிப்பு முடிந்ததும் முழுநேர பணி வாய்ப்பைக் கொடுத்தது. அந்த நிறுவனத்தில் தான் கடந்த ஏழு வருடங்களாகப் பணிபுரிந்து கொண்டிருக்கிறான் சங்கர்.

சாந்தி பெங்களூருவில் பிறந்து வளர்ந்த சுட்டிப் பெண். அப்பா அம்மா நல்ல வேலையில் இருந்தனர், நடுத்தர வர்க்கம் தான் என்றாலும் கஷ்டம் தெரியாமல் வளர்ந்த பெண். கல்லூரியில் தனக்கென்று ஒரு பெண்கள் கூட்டத்தைச் சேர்த்துக் கொண்டு மகிழ்ச்சியாய்த் திரிந்தவள். பல மாணவர்கள் காதலிப்பதாய்க் கூறி காதலர் தினத்தில் ரோஜாவும் கையுமாக வந்தாலும், "ப்ரோ, நமக்கு லவ் எல்லாம் செட் ஆகாது. சும்மா ஜாலியா பிரெண்ட்ஸ் ஆவே இருப்போம்" என்று நண்பர் வட்டத்தைப் பெருக்கிக் கொள்வாள். பெங்களூருவில் வளர்ந்தாலும் வீட்டில் தமிழ் தான். அப்பாவுக்கு மொழியென்றால் பிடிக்கும், இலக்கியத்திலும் ஆர்வம் உண்டு. சாந்திக்கு இலக்கியத்தில் ஆர்வம் இல்லையென்றாலும், தமிழ் நன்றாய் வரும்.

"என்னடி வயசாயிட்டே போகுது, மாப்பிள்ளை பாக்கட்டுமா?" சாந்தியின் அம்மா சாரதா கேட்கும்போதெல்லாம்,

"ஆமாமா, கிழவி ஆகறதுக்குள்ள சீக்கிரம் கல்யாணம் பண்ணி வைங்க" என்று சிரித்துக் கொண்டே போய்விடுவாள். இவள் விளையாட்டுக்குச் சொல்கிறாளா இல்லை உண்மையாகவே கல்யாணத்தில் விருப்பம் இருக்கிறதா என்று பெற்றோர்கள் கண்டு பிடிக்கவே சில மாதங்கள் ஆயிற்று.

"இப்படி விளையாட்டுப் பொண்ணாவே இருந்தா இவ கல்யாணத்துக்கு அப்புறம் எப்படி சமாளிக்கப் போறாளோ" என்று பல நேரங்களில் கவலை கொண்டிருந்தனர் பெற்றோர்கள்.

இவள் இப்படி விளையாட்டுப் பெண்ணாயிருக்கிறாள் என்று நினைத்ததாலோ என்னவோ, பல வரன்களைப் பெற்றோர்களே மறுத்து விட்டனர்.

"இவள மாதிரியே ஜாலியா ஆனா கொஞ்சம் பொறுப்போட இருக்கிற ஒரு பையன் கெடச்சா நல்லாருக்கும். அதுவும் தமிழ்ப் பையனா கெடச்சா ரொம்ப மகிழ்ச்சி" என்பது தாமோதரனின் விருப்பம்.

ஒரு திருமண தகவல் இணையதளத்தில் தான் சங்கரின் தகவல்கள் கிடைத்தது. தாமோதரனுக்கும் சாரதாவுக்கும் பிடித்திருந்தது, அவர்கள் சிவகாமியோடு முதலில் பேசினார்கள், பின் சங்கரோடு பேசினார்கள். சங்கரும் மிக இயல்பாகப் பேசினான், ஒரு நல்ல வேலையில் இருந்தான். இவர்களுக்கு மனநிறைவு உண்டானதால், சாந்தியிடம் விஷயத்தை எடுத்துச் சொன்னார்கள்.

"எப்படியோ ஒரு பையன தேடிப் பிடிச்சுட்டீங்க" என்றாள்.

சாந்தியும் சங்கரும் தொலைபேசியில் பேசினார்கள், பிடித்திருந்தது. பின்னர் நேரில் சந்தித்தார்கள், குடும்பங்களும் சந்தித்தது. மாப்பிள்ளை வீட்டார் பெண் வீட்டார் பின்னணி சோதனைகள் எல்லாம் செய்து, எல்லாம் சரியென்றபோது, கல்யாண நிச்சயமும் சென்னையில் சங்கரின் வீட்டில் இனிதே நடந்தது. ஜனவரி முதல் மார்ச் வரை நடந்தவை இவை. திருமணம் ஜூன் மாதம் பெங்களூருவில்.

இந்த சூழலில் தான்,

"அப்புறம்?"

"நீ சொல்லு"

"நீங்க சொல்லுங்க"

என்று சங்கரும் சாந்தியும் வழக்கம் போல உரையாடிக்கொண்டிருந்தனர்.

ஏப்ரல் மாதத்தில் மாநிலங்களுக்கு இடையேயான போக்குவரத்து நிறுத்தப்பட்டது. திருமணத்திற்கு இன்னும் இரண்டு மாதங்கள் இருக்கிறது அதற்குள் எல்லாம் சரியாகிவிடும் என்று நினைத்திருந்தார்கள். இப்படி உரையாடி உரையாடியே ஒரு மாதத்திற்கு மேல் ஓடிவிட்டது.

தாமோதரன் சாரதா தம்பதி, பெங்களூருவில் கல்யாண மண்டபம் பார்த்து முன்பணம் கொடுத்துவிட்டிருந்தனர்; உணவிற்கு முன்பணம் கொடுத்துவிட்டிருந்தனர்; புகைப்படம் காணொளி எடுப்பதற்கு முன்பணம் கொடுத்துவிட்டிருந்தனர்; சாந்தி, சாரதா மற்றும் சில பெண்களுக்குத் திருமண அலங்காரம் செய்ய முன்பணம் கொடுத்துவிட்டிருந்தனர்; பத்திரிகை அடித்துப் பலருக்கும் அனுப்பியாகிவிட்டது; நேரில் அழைக்கவேண்டிய பலரை அழைத்தாகிவிட்டது. மாநிலங்களுக்கு இடையேயான போக்குவரத்து மட்டும் இன்னும் தடைசெய்யப்பட்டிருந்ததால், பேருந்து ஏற்பாடு, பயணச்சீட்டுகள் என்று அது மட்டும் மீதியிருந்தது.

திருமணத்திற்கு இன்னும் நான்கு வாரங்கள் தான் இருந்தது, இருவீட்டாரும் கவலை கொள்ளத் தொடங்கினார்கள். கவலையிலேயே இன்னும் இரண்டு வாரங்கள் ஓடியது, போக்குவரத்து விதிகளில் மாற்றம் ஒன்றும் இல்லை. போக்குவரத்து மட்டும் இல்லை, அதிகம் பேர் கூடும் எல்லா நிகழ்ச்சிகளுக்கும் கட்டுப்பாடுகள் விதிக்கப்பட்டது.

பல யோசனைகளுக்குப் பின்பு, திருமணத்தைத் தள்ளிப்போடுவது சரியல்ல என்று இருவீட்டாரும் முடிவு செய்து, சாந்தியின் வீட்டிலேயே

நடத்திவிடலாம் என்று முடிவு செய்தார்கள். சிவகாமியும் சங்கரும் மட்டும் எப்படியாவது சென்னையில் இருந்து பெங்களூரு வந்துவிட்டால் போதும் என்பது அவர்கள் எண்ணமாயிருந்தது.

தாமோதரன் சாரதா எல்லோருக்கும் தகவல் சொல்லிக்கொண்டிருந்தார்கள்.

"நிலைமை இப்படியாயிருச்சு, இன்னும் ரெண்டு மாசம் இருக்கு சரியாயிடும்னு நினைச்சோம். குறிச்ச தேதில கல்யாணத்த சிம்பிளா பண்ணிடுவோம், தள்ளிப்போட வேண்டாம்னு பாக்கறோம். நாட்டு நிலைமை சரியானவுடனே கிராண்ட்டா ஒரு ரிசெப்ஷன் வெக்கிறதா பிளான்" என்று எல்லாரிடமும் மனப்பாடம் செய்து ஒப்பிப்பதைப் போலச் சொல்லிக்கொண்டிருந்தார்கள்.

"ரொம்ப நல்ல முடிவு, அப்படியே பண்ணுங்க" என்று பலர் ஆதரவு தந்தார்கள்.

"அதெப்படி நாங்கெல்லாம் இல்லாம கல்யாணம் பண்ணுவீங்க, ஒரு மரியாதை வேண்டாமா" என்று ஒரு சிலர் வம்பு வளர்த்தார்கள்.

"பண்றதெல்லாம் சரிதான், இந்த நிலைமையில பண்ணனுமா? சென்னைல எல்லாம் கேஸ் நெறையா இருக்காம், அங்கேந்து வந்து இங்க ஏதாது ஒண்ணுகெடக்க ஒன்னு ஆயிடுச்சுன்னா ஆரம்பமே அபசகுனமா போயிடும்" என்று பயமுறுத்தினர் ஒரு சிலர்.

இதையெல்லாம் தாங்கி, பேசி, சமாளித்து, கொடுத்த முன்பணத்தையெல்லாம் கேட்க வேண்டுமே என்று அவர்களுக்கு அழைத்தார்கள். பலர் அழைப்பை ஏற்கவில்லை.

மண்டபத்துக்காரன், "எங்களுக்கு புரிது சார், ஆனா எங்க ஓனர் இப்படித் தான் சார் சொல்ல சொல்றார். கொடுத்த அட்வான்சை திரும்பக் குடுக்க முடியாது, தேதி வேணா வேற தேதி மாத்திக்கலாம்" என்றார். எத்தனை பேசியும் பயன் இல்லை. சரி, திருமண வரவேற்பு நிகழ்வை இங்கே நடத்திவிடலாம் என்று விட்டுவிட்டார்கள். இதே பதில் தான் உணவு ஏற்பாட்டாளர், ஒப்பனை கலைஞர், புகைப்படக் கலைஞர் என்று எல்லாரிடமிருந்தும் வந்தது. ஒரு லட்சத்திற்கும் மேல் முன்பணம் இப்படி முடங்கிவிட்டது, இதில் பத்திரிகை மற்றும் இன்னபிற செலவுகள் வேறு தனி.

இதெல்லாம் ஒரு வழியாக சரியென்று விட்டாலும், மாப்பிள்ளை வீட்டார் எப்படி பெங்களூரு வருவார்கள் என்பது இப்போது அடுத்த

மிகப்பெரிய கவலையாக மாறியிருந்தது.

சாரதா தனக்குத் தெரிந்த தோழிகள் வட்டாரத்தில் விசாரித்தாள். கூகிள் தராத தரவுகள் கூட இந்தியப் பெண்களின் நட்பு வட்டாரம் அனாயசமாகக் கொடுக்கும் என்பது விவரம் தெரிந்தவர்களுக்குப் புரியும்.

"டேய் சங்கர், லதா ஒரு யோசனை சொன்னா"

"எந்த லதா மா?"

"அதாண்டா, நம்ம அம்பத்தூர்ல குடியிருந்தபோது எதுத்த பிளாட்ல குடியிருந்தாங்களே? அவளோட வீட்டுக்காரர் ஏதோ சாப்ட்வேர் கம்பெனில வேலை செஞ்சுட்டு இருந்தார், நீ கூட ஏதோ இன்டெர்ன்ஷிப் வேணும்னு கேட்டுட்டு இருந்தியே"

"ஓ அவங்களா? இன்னும் அவங்களோட தொடர்புல இருக்கியா?"

"ஆமாமா, அப்பப்போ வாட்சப்ல ஏதாது அனுப்புவா. அவ இப்போ பெங்களூர்ல தான் இருக்கா. அவளுக்கு தெரிஞ்சவங்க யாரோ ரெண்டு நாள் முன்ன மெட்ராஸ்லேந்து பெங்களூரு போனாங்களாம்"

சங்கர் அதுவரை அவ்வளவு ஆர்வம் காட்டாதவனாய் இருந்தான். ஏதோ அம்மா யாரோ அமெரிக்கா போன கதை சொல்லப்போகிறாள் என்று. பெங்களூரு என்றவுடன் வயிற்றில் பட்டாம்பூச்சிகள்.

"சொல்லு மா, எப்படி போனாங்களாம்?"

"ஏதோ டிராவல் ஏஜென்சியாம். இருபதாயிரம் ரூவா குடுத்தா, ஏதோ கிராமத்து வழியா கர்நாடக எல்லைக்குள்ள கொண்டுபோய் விட்ருவானாம்"

"பரவாயில்லையே, அந்த டிராவல் ஏஜென்சி நம்பர் வாங்கினியா?"

"இரு இரு அவசரப்படாத. நம்பர் வாங்கி பேசினேன். நேற்றிலிருந்து அந்த ஓசூர் எல்லைல இருக்கற கிராமத்து வழியெல்லாம் குழிதோண்டி கல்லு வெச்சு அடைச்சிட்டாங்களாம். முப்பதாயிரம் கேக்கறான். ஆனா கொண்டு போய் விடறது உறுதியா சொல்ல முடியாதுங்கரான்"

சங்கர் முகம் வாடிப்போனது.

"அப்பறம் எப்படி மா போறது? கல்யாணத்துக்கு இன்னும் ஒரு வாரம் கூட இல்ல"

"என்னையே கேக்கறியே, உன் பிரெண்ட்ஸ் யார்ட்டயும் விசாரிச்சியா?"

சங்கருக்கு அப்போது தான் ஞானோதயம் வந்தது.

சாந்தியோடு பேசுவதில் தன்னை மறந்தவன் கோமா நிலையிலிருந்து விடுபட்டவன் போல திடீரென்று விழித்தான்.

"ஐயோ அத பண்ணாம விட்டுட்டேனே. இரு கேக்கறேன்"

சங்கர் தன்னுடைய நண்பர்களையெல்லாம் விசாரிக்க ஆரம்பித்தான். அவர்கள் பல வீர தீர கதைகளையெல்லாம் சொன்னார்கள். ஒருவன் இருசக்கர வாகனத்தில் குறுக்கு சந்துகளிலேயே பயணித்து, தோப்புகளுக்கு நடுவில் புகுந்து பக்கத்து மாநிலத்துக்கு போன கதை சொன்னான் . இன்னொருவன் "அத்தியாவசிய தேவை" ஸ்டிக்கரை ஒட்டிக்கொண்டு, காய்கறி வண்டியில் பக்கத்துக்கு மாநிலத்திற்குப் போன கதை சொன்னான். இன்னொருவன் தெனாவெட்டாய் காரிலேயே மாநில எல்லை வரை சென்று, போலீஸிடம் திட்டும் அடியும் வாங்கித் திரும்ப வந்த கதை சொன்னான். டிராவல் ஏஜென்சியை நம்பி பணம் கட்டி ஏமாந்தவன், பரிச்சயமில்லாத ஓட்டுனரை நம்பி பாதி வழி சென்று திரும்பியவன் என்று மாநிலங்களுக்கு நடுவிலான சாதாரணமாக இருந்த போக்குவரத்து எவ்வளவு கடினமாகிவிட்டது என்பதை உணர்த்தும் பல கதைகளை அன்று ஒரு நாளில் சங்கர் கேட்டான்.

என்ன செய்வதென்று அறியாமல் அமைதியாகி விட்டான். சாந்திக்கும் கவலை தொற்றிக்கொண்டது. எதற்குமே கவலையில்லாமல் சுற்றிக்கொண்டிருந்த தன் மகள் ஏதோ இழந்ததுபோல் இருப்பதைக் கண்டு தாமோதரனுக்குக் கண்களில் நீர்.

என்ன செய்வதென்று யாருக்கும் தெரியவில்லை.

திருமணத்திற்கு இரண்டு நாட்களுக்கு முன்பு தமிழ்நாடு அரசு ஒரு அறிவிப்பு வெளியிட்டது. வெளிமாநிலத்தில் வசிப்பவர்கள் அத்தியாவசிய தேவைகளுக்கு மட்டும் தமிழ்நாட்டுக்குள் வரலாம் என்றும், தக்க ஆதாரங்களுடன் "ஈ-பாஸ்" விண்ணப்பித்தால், அனுமதி வழங்கப்படும் என்பது அந்த அறிவிப்பு.

மயான அமைதியில் ஒரு சிறு குழந்தையின் துள்ளல். இரு வீட்டாருக்கும் ஒரு நம்பிக்கை ஒளி பிறந்தது.

ஈ-பாஸ் விண்ணப்பம் எளிதாய் இருந்தாலும், பல கேள்விகள், பல குழப்பங்கள். ஈ-பாஸ் விற்கும் கும்பல் ஒன்று ஈராயிரம் ரூபாய்க்கு ஈ-பாஸ் விற்றுக்கொண்டிருந்தது. அரசு இலவச அனுமதி கொடுத்தாலும், அதையும் காசாக்கும் தரித்திரம் பிடித்தவர்கள் இருக்கத்தான் செய்தார்கள். ஈ-பாஸ் இணையதளம் முடக்கம், எந்த ஆவணங்கள் ஆதாரமாக

ஏற்றுக்கொள்ளப்படும், என்று ஒரு வழியாக எல்லா சவால்களையும் தாண்டி, தாமோதரனும் அவன் மனைவியும் சாந்தியும் மட்டும் பெங்களூருவிலிருந்து சென்னை வந்து சேர்ந்தனர்.

பெங்களூருவில் நடைபெறவிருந்த திருமணம் சென்னையில் நடந்தேறியது.

உலகம் கொரோனாவில் இருந்து மெல்ல மீண்டு வர ஆரம்பித்தபோது, சங்கரும் சாந்தியும் வேறு ஒரு உலகத்தில் மூழ்கியிருந்தனர்.

> *“மிக எளிமையாக இருந்த பயணங்கள் மிகக் கடினமானதாய் மாறிவிட்டிருந்தது. ஒரு மாவட்டத்திலிருந்து இன்னொரு மாவட்டம் செல்லவும், ஒரு மாநிலத்தில் இருந்து இன்னொரு மாநிலம் செல்லவும் மக்கள் படாத பாடு பட்டனர். ஒரே மாநிலம் ஒரே நாடு ஒரே உலகம் என்றெல்லாம் பிதற்றிக் கொண்டிருந்தாலும், மனிதர்களுக்கு நடுவில் எவ்வளவு பிரிவினைகளும் வரையறுக்கப்பட்ட எல்லைகளும் உண்டு என்பதை கொரோனா உலகிற்கு வெளிக்காட்டியது. சங்கரும் சாந்தியும் போல் எண்ணற்ற குடும்பங்கள் திருமணம், இறப்பு என்று முக்கிய நிகழ்வுகளுக்குச் செல்ல ப்ரஹ்ம பிரயத்தனம் செய்தவர்கள் அநேகர்; அதில் "கண்டிப்பா கொண்டுபோய் விட்றலாம்" என்று சொல்லி பணம் பறித்த கும்பல்களிடம் ஏமாந்தவர்களும் அநேகர்; அப்படி பயணித்தவர்கள், பயணிக்க விழைந்தும் முடியாதவர்கள், பயணம் தடைபெற்றவர்கள், பயணத்திற்குத் தங்கள் உயிரைப் பணயம் வைத்தவர்கள் என்று அனைவருக்கும் இந்தக் கதை அர்ப்பணம்.”*

8

கல்வி

"டேய் சுப்பிரமணி, சுப்பிரமணி"

எங்க போய்த் தொலஞ்சானோ? பள்ளிக்கூடம் தான் பத்து நாள் இல்லனு ஆச்சுது, ஆத்தா அப்பனோட கொஞ்சம் கூட மாட ஒத்தாச செஞ்சா தான் என்ன? எப்போ பாரு அந்த எழவெடுத்த போன எடுத்திட்டு பாறை மேல என்ன வேலையோ? இவன்கிட்ட கத்தி கத்தியே என் உசிரு போயிரும்.

வழக்கம் போல காலையிலேயே புராணம் பாட ஆரம்பித்தாள் கண்ணாத்தா.

பரமன் பரம சாது. வெகுளி. அவன் உண்டு அவன் வேலை உண்டு என்று இருந்து விடுவான். ஏதோ அவன் அதிர்ஷ்டம் அல்லது துரதிர்ஷ்டம், குடும்பச் சொத்தாக இரண்டு ஏக்கர் பூமி. விவசாயிகளின் இன்றைய நிலை சொல்லித் தெரியவேண்டியதில்லை. போட்ட காசு திரும்ப வந்தாலே மகிழ வேண்டிய கட்டாயம். அதுவும் பரமனைப் போல சிறு குறு விவசாயிகளின் நிலை ரொம்ப மோசம். ஏதோ அரசாங்கம் குடுக்கற சலுகைகள், ரேஷன் கடை விலையில்லா அரிசி, அப்பப்போ நூறு நாள் வேலைத் திட்டம் என்று வண்டி ஓடுது.

கண்ணாத்தா கொஞ்சம் கெட்டி. வீட்டுக்கு ஒரு ஆளாவது கொஞ்சம் வெவரமா இல்லனா வாழ்க்கைய எப்படி ஓட்றது?

சுப்பிரமணி ஒரே மகன். பிளஸ் 2 மாணவன். அரசு மாநகராட்சி பள்ளியில் படித்தம், அரசு விடுதியில் தங்கல். படிப்பதில் ஆர்வம். தகப்பனும் தாயும் வாழும் அன்னாடம்காட்சி வாழ்க்கையில் இருந்து எப்-

படியாவது விடுபடவேண்டும் என்பது அவன் எண்ணம். தொண்ணூறு நூறு என்று மதிப்பெண் எடுக்காவிட்டாலும் எழுபதுக்குக் குறையாமல் வாங்கிவிடுவான். சுபாவத்தில் பரமனைப் போல சாது. ஆசிரியர்களுக்குப் பிடித்த மாணவன்.

பிளஸ் 1 பரீட்சையில் நல்ல மதிப்பெண்கள். எப்படியாவது பிளஸ் 2வும் நல்லபடியா பாஸ் பண்ணா கல்லூரில சேந்துடலாம். ஜோசப் மாஸ்டர் அதுக்கு உதவி செய்யறேன்னு சொல்லியிருந்தார்.

எல்லாம் நல்லா போய்க்கொண்டிருந்த நேரத்தில் கொரோனா வந்து தொலைந்தது. அப்போது தான் பிளஸ் 2 வகுப்புகள் தொடங்கிய நேரம். பள்ளிகள் மூடப்பட்டது. முதலில் இரண்டு வாரங்கள் என்று ஆரம்பித்தது.

கண்ணாத்தாவுக்குச் சுப்பிரமணி வயக்காட்டில் வேலை செய்ய வேண்டும் என்ற எண்ணம். படிச்சிட்டு பட்டணம் போய்ட்டா நெலத்த யாரு பாக்கறது என்பாள். என்னைக்கு இருந்தாலும் நெலம் தான் சோறு போடும் என்பாள்.

உண்மை தான். நிலம் தான் சோறு போடும். ஆனால் நிலத்தில் உழுபவனுக்கு நிலம் சோறுபோடுமா என்பது கேள்வி.

"சும்மா படிப்பு படிப்புனு எங்கயோ போய் தங்கி என்ன பண்ணுதோ தெரில. மாசம் ஒரு தடவ வர்றான், அப்பவும் ஏதோ ரெண்டு பொஸ்தகத்த கொண்ணாந்துருவான். இப்படித்தான் அந்த ராமாயி மவன் படிப்பு படிப்புனு சுத்தினுருந்தான். இப்போ ஆளு எங்க போனான்னே தெரில. நெலம் தரிசா போச்சு, ஆத்தா தனியா ஒத்தைல இங்க. ஏதோ பணம் அனுப்புறான், கஞ்சி காச்சி குடிக்க தெம்பு இருந்தா போச்சுது, அதுவும் இல்லனா ஒத்தையில கெடந்து சாகத்தான் வேணும்"

கண்ணாத்தாவின் ஸ்திரம் பல்லவிகளில் இதுவும் ஒன்று.

"இந்த ஆளாவது மவன்கிட்ட ஏதாது சொல்லும்னு பாத்தா, ஒரு பிரயோசனமும் இல்ல. இது ஒரு ஊமகோட்டான். சுப்பிரமணி ஏதாவது பதில் சொல்லுவான்னு நா கத்திக்கின்னே இருந்தா, மறுபேச்சு ஒன்னும் பேசாது அது, அவங்க அப்பன மாதிரி"

கண்ணாத்தா தொடர்ந்துகொண்டே இருந்தாள்.

பத்தாவது வரை படித்து விட்டு வயல் வேலைக்கு வந்துவிட வேண்டும் என்பது கண்ணாத்தாவின் முடிவு. பத்தாவது வரை படிப்பு என்பதும் ஏதோ கல்வி ஆர்வத்திலோ இலக்கிய ஆர்வத்திலோ அல்ல. அரசுத்

திட்டங்களைப் பெறுவதற்கும், வங்கி செல்வதற்கும் பிறரை நம்ப வேண்டியிருக்கிறது. அவர்களும் தர்மத்திற்கு ஒன்றும் செய்வதில்லை. ஒவ்வொருமுறையும் பணம் கொடுக்க வேண்டியிருந்தது.

"அந்த எழவெடுத்த ராமசாமிக்கு பணம் அழ வேண்டிருக்குனு இவன பள்ளிக்கூடம் அனுப்புனா, அதுவே இப்போ எனக்கு வெனையா வந்து விடிஞ்சுட்டுது. என்னத்தச் சொல்ல"

பத்தாவது முடிந்து ஒரு வருடம் ஓடிவிட்டது. இங்கே இருந்தால் ஆத்தா படிக்க விடமாட்டாள் என்று விடுதியில் சேர்ந்து படித்தான் சுப்பிரமணி. மாதம் ஒரு முறை வருவான். இரண்டு நாள் தங்குவான். நண்பர்களோடு கூடுகை. செல்லக் கன்றுக்குட்டி லட்சுமியுடன் விளையாட்டு. இது தான் இந்த ஒரு வருடம் சுப்ரமணியின் வாழ்க்கை.

கொரோனா காரணம் இப்பொழுது ஒரு வாரம் வீட்டில். தனியார் பள்ளிகளில் ஆன்லைன் வகுப்புகள் என்றால் ஒரு வேளை எடுபடும். பெரும்பாலான மாணவர்களும் ஆசிரியர்களும் நல்ல கைபேசி அல்லது மடிக்கணினி வைத்திருப்பார்கள், மாதாமாதம் இணையக் கட்டணம் என்று செலவுகள் பெரிதில்லை.

சிறு நகரங்களிலும் கிராமங்களிலும் அப்படியன்று. ஸ்மார்ட் போன்கள் உண்டு ஆனால் ஆன்லைன் வகுப்புகள் தொடர்ந்து படிக்கும் அளவு இணைய வசதியோ கைபேசி அமைப்போ இராது.

அரசு பள்ளி ஆசிரியர்கள் சிலர் சரியில்லை என்பதும் ஆசிரியர் தொழில் தவிர இன்னபிற காரியங்களில் அதீத ஈடுபாடு உண்டு என்பதும் மறுப்பதற்கில்லை. அதனாலோ என்னவோ அரசுப் பள்ளி ஆசிரியர்கள் தங்கள் பிள்ளைகளை அரசுப் பள்ளிகளில் படிக்கவைப்பதில்லை. மாணவர்கள் சிலரும் படிப்பைத் தவிர மற்ற அலுவல்களில் ஈடுபட்டு நன்றாக இருக்கும் ஆசிரியர்களையும் வேலை செய்ய விடாமல் இடையூறு செய்பவர்களாக இருப்பதும் புதிதல்ல. எது எப்படியோ 'சிஸ்டம்' அப்படியாகிவிட்டது.

பிளஸ் 2 எப்படியாவது பாஸ் செய்துவிடலாம் என்று நினைத்திருந்தபோது இப்படியாகிவிட்டது என்று வருத்தம் சுப்பிரமணிக்கு.

இரண்டு வாரங்கள் ஓடிவிட்டது. கண்ணாத்தாவின் புலம்பல்களும் நின்றபாடில்லை. இப்படிப் புலம்பிக்கொண்டே இருந்தால் எப்படியாவது சுப்பிரமணி மனதை மாற்றிவிடலாம் என்பது கண்ணாத்தாவின் எண்ணம். இங்கே இன்னும் சில நாட்கள் இருந்தால் எங்கே படிப்பில் ஆர்வம்

போய்விடுமோ, தானும் அதே அன்னாடம்காட்சி வாழ்க்கையில் அகப்பட்டுக் கொள்ள நேருமோ என்பது சுப்ரமணியின் பயம். மனைவியிடமும் ஒன்றும் பேச முடியாது; மகனோடும் அவ்வளவு பேசமுடியாது, மனைவி இருப்பதனால். மெல்லவும் முடியாமல் துப்பவும் முடியாமல் பரமன் படும் பாடு அவனோடு.

இப்படி இரண்டு இரண்டு வாரங்களாக இரண்டு மாதங்கள் உருண்டோடியது. இப்போது கூட ஜோசப் மாஸ்டரோடு பேசத்தான் பக்கத்தில் இருக்கும் பாறைக்குப் போயிருக்கிறான். தனிமையைத் தேடிச் செல்லும் காதலர்களைப் போல அன்று. அந்தப் பாறை மேல் தான் சிக்னல் கிடைக்கும். தனிமைக்கு வாய்ப்பே இல்லை. மரம் தேடி அலையும் பறவைகளைப் போல், சிக்னல் தேடி அலையும் மாந்தர்கள் கூட்டம் அந்தப் பாறையில் எப்போதும் இருக்கும். கிராமங்களில் ரகசியம் என்று ஒன்றும் இருப்பதில்லை, நகரங்களை போல் தனி அறை தனிமை சிறை கிராமங்களில் சாத்தியமில்லை.

"சார், எப்படி படிக்கிறதுன்னே தெரில சார். நானே தனியா படிச்சா ஒன்னும் புரிய மாட்டேங்குது. எப்போ சார் ஸ்கூல் திறக்கும்?"

"தெரில சுப்பு. நம்ம எடுக்குற முடிவு இல்லையே. நாடே பூட்டித்தான் இருக்கு. நீயே படி. இருக்கிற சந்தேகமெல்லாம் எழுதி வை, வாரம் ஒருதடவ போன் பண்ணி சந்தேகமெல்லாம் முடிஞ்ச வரைக்கும் சொல்லித் தரேன்"

"சரி சார். கணக்குப் பாடம் தான் ரொம்ப கஷ்டமா இருக்கு சார்"

"அப்படியா? வாணி டீச்சருக்கு போன் பண்ணியா?"

"போன் அடிச்சேன் சார். ஒரு தடவ பேசினாங்க. அவங்க வீட்டுக்காரர் கொஞ்சம் கெடுபிடி போல. என்னவோ அவங்கள திட்டீட்டு இருந்தார். எனக்கும் அதுக்கு மேல போன் அடிக்க தயக்கமா இருந்திச்சு"

"ஓஹோ. என் பிரெண்ட் ஒருத்தர் பக்கத்து ஊர் பள்ளியில் கணக்கு மாஸ்டர். குப்புசாமின்னு பேரு. நல்ல மனுஷன். அவர வேணும்னா கேட்டுப் பாக்கறேன்"

"சரி சார். ரொம்ப நன்றி சார். ஹலோ ஹலோ... சார் ஒன்னும் கேக்கல. டவர் இல்லனு நினைக்கறேன். நான் ரெண்டு நாள் தாண்டி கூப்படறேன் சார்"

"சரி பா"

போன் வைத்துவிட்டுச் சிந்தனையில் ஆழ்ந்தான். பட்டணத்து மாணவர்கள் போல இணையத்திலே தேடிப் படிப்பதற்கு வழியில்லை. அப்படிப் படிக்கலாம் என்றால் கூட, தமிழில் பல காணொளிகள் கிடைப்பதில்லை. மாதங்கள் உருண்டோடியது.

இன்னும் இரண்டு மாதங்களில் பிளஸ் 2 பரீட்சை. சுப்பிரமணி படித்துக் கொண்டிருந்தான். கண்ணாத்தாவை சமாளிக்க வயலிலும் வேலை செய்ய வேண்டி இருந்தது. காலை வேலை செய்துவிட்டு மதியமும் மாலையும் படிக்கலாம் என்றால், பால் கறக்க ஆளில்லை என்று கண்ணாத்தா மறுபடியும் புராணம் ஆரம்பித்துவிடுவாள்.

இத்தனையும் சமாளித்துக் கொஞ்சம் படித்திருந்தான். ஆனால் அவ்வளவு நம்பிக்கையில்லை.

இத்தனையும் போதாதென்று கொரோனாவும் வீடு வந்து சேர்ந்தது. வீட்டில் எல்லாருக்கும் பெருந்தொற்று ஏற்பட்டது. கண்ணாத்தாவும் சுப்ரமணியும் இரண்டு வாரம் படுத்த படுக்கை. பின்னர் கொஞ்சம் தேறிவிட்டார்கள். பரமன் பாடு படு கஷ்டம். பரமனும் பீடிக்கட்டும் பிரிக்க முடியாத உறவில் இருந்தனர். கொரோனா வந்து மூச்சுவிட சிரமப்படும் போதும் பீடி ஊதாமல் இருக்க முடியவில்லை அவனுக்கு. கண்ணாத்தாவால் சாதிக்க முடியாத ஒன்று பரமனின் பீடிப் பழக்கத்தை மாற்றுவது தான்.

எவ்வளவு சொல்லியும் கேட்கவில்லை. பரமன் உடம்பு படு மோசமானது.

வயலில் பயிர்களும் பராமரிப்பில்லாமல் நாசமாயிற்று. கொரோனா பயத்தில் அக்கம் பக்கம் இருப்பவர்களும் பரமன் காட்டுக்கு வரத் தயங்கினர்.

எப்போதும் வாயடிக்கும் கண்ணாத்தா பேசாமல் இருப்பது சுப்பிரமணிக்கு என்னவோ போல் இருந்தது. மயான அமைதி என்று பேச்சுக்குச் சொல்லுவார்கள். அது நிஜமானது.

கொரோனாவோடு போராட முடியாமல் பரமன் உயிர் பிரிந்தது.

"வியாதி வந்து செத்தவன் ஊருக்கு பக்கத்துல அடக்கம் பண்ணி பூமி நாசமா பூடும்" என்று வாதிடும் ஊர் அறிவாளிகள் ஒரு புறம். "பரமனே செத்துட்டான். அவன் இருந்தா அப்பப்போ அஞ்சு பத்துனு குடுப்பான், இப்போ யார் தருவா? பூமியாவது வித்து பாதி காசு குடுத்தா தேவலன்னா கண்ணாத்தா குடுத்துருவாளா?" என்று புலம்பும் பரமனின்

சகோதரிகள் மறுபுறம். "பாவம் பரமன், அவனப் போய் கொண்டு போயிட்டுதே இந்தக் கிருமி" என்று பரிதாபப்படும் ஒரு கூட்டம் இருந்-தாலும் உதவிக்கு ஒரு நாதியில்லை.

இதையெல்லாம் சமாளித்து ஒரு வழியாய் பரமனின் இறுதிச் சடங்கு முடிந்தது.

கண்ணாத்தா இன்னும் மௌனியாகத்தான் இருந்தாள்.

சுப்பிரமணி வயல் வேலைககளைச் செய்ய ஆரம்பித்தான். கண்-ணாத்தா சமைப்பதோடு நிறுத்திக்கொண்டாள். உடம்பில் தெம்பு குறைந்-தது, மனது பாரமானால் உடல் சோர்ந்துவிடுமல்லவா?

அவள் எப்போதும் புராணம் பாடும் ராமாயி மவன் பட்டணத்திலி-ருந்து வந்து, ராமாயியை அழைத்துக் கொண்டு சென்று விட்டான். பட்-டணத்தில் நல்ல மருத்துவ வசதிகள் இருப்பதால், கொரோனா வந்தா-லும் ராமாயி பொழச்சுக்குவாளாம் என்று ஊரில் பேச்சு. அவள் மகன் காரில் வந்து அவளை அழைத்துத் சென்ற கதையும் இன்னும் ஊரெங்-கும் ஒலித்துக்கொண்டிருந்தது.

ஒருவேளை பட்டணத்தில் இருந்தால் பரமன் பிழைத்திருப்பானோ? கண்ணாத்தா படிக்கவில்லை, பெரிதாக சிந்தித்ததும் இல்லை. இப்பொ-ழுது ஏனோ மொழிகள் மௌனமான போது, மனம் சிந்திக்கத் தொடங்-கியிருந்தது.

ஒரு மாதம் கழிந்தது. பரீட்சை நாட்கள் நெருங்கியது. அந்த நினைப்பே இப்போது சுப்பிரமணிக்கு இல்லை. போனை அணைத்து வைத்திருந்தான், அதில் காசு இல்லை என்பதும் ஒரு காரணம்.

பரீட்சைக்கு இரண்டு நாளைக்கு முன்பு ஜோசப் மாஸ்டர் வீட்டுக்கு வந்தார்.

"என்ன சுப்பு, போனும் கிடைக்கல, ஆளு என்ன ஆனென்னே தெரில. எக்ஸாம் வேற நெருங்குது. அதான் நேர்ல வந்தேன்."

சுப்பிரமணி அவரை எதிர்பார்க்கவில்லை.

"சார்" என்ற ஒற்றை வார்த்தையில் அவன் கண்களில் நீர்.

"என்ன சுப்பு, என்ன ஆச்சு?"

"சார், எங்க அப்பா தவறிட்டாரு சார். இப்போ நான் தான் குடும்-பத்தப் பாக்க வேண்டியிருக்கு. வேலை செய்ய ஆளில்லை. அதான்..."

ஜோசப் என்ன சொல்வதென்று தெரியாமல் மௌனமானார்.

"அவனப் படிக்கச் சொல்லுங்க சார். நான் தான் குத்துக்கல்லு மாறி இருக்கனே, ஒரு வேளை கஞ்சி குடிக்கக் கூடவா ஒழைக்காமப் போய்-டுவேன்"

கண்ணாத்தாவின் குரல் அடுக்களையிலிருந்து ஒலித்தது. குரலில் பழைய கம்பீரம் இல்லையென்றாலும், சுப்பிரமணிக்கு உள்ளூற மகிழ்ச்சி.

"இந்தா சார் காப்பித்தண்ணி. இவன் படிச்சா நம்மள விட்டுட்டுப் போயிருவான்னு தான் பயந்திருந்தேன். சும்மா சொல்லக் கூடாது சார். அவங்கப்பன் செத்தப்புறம் எல்லா வேலையும் அவனே செஞ்சான் சார். என்ன, பேசமாட்டான். ஆனா அப்பன் ஆத்தா மேல பாசம் இருக்கு சார். இவனாவது படிச்சு நல்ல பொழப்பு பொழைக்கட்டும் சார். படிக்க வைங்க சார், உங்களுக்குப் புண்ணியமாப் போகும்"

கண்ணாத்தாவின் கண்களின் ஓரத்தில் நீர் சுரந்தது.

"சரிம்மா, நான் பாத்துக்கறேன்"

"சுப்பிரமணி வா" என்று சுப்ரமணியை அழைத்துக் கொண்டு நடக்க ஆரம்பித்தார் ஜோசப்.

புத்தகங்கள் வீட்டின் ஒரு மூலையில் ஒரு வாழ்வின் மறுமலர்ச்சியின் ஸ்பரிசத்திற்குக் காத்திருந்தது.

“கல்வி பலரின் வாழ்வைப் புரட்டிப் போடும் புரட்சி ஆயு-தம். எப்படியாவது படித்து முன்னேறிவிடலாம் என்று கனவில் இருந்த பலரின் கனவுக்குத் தடையாக கொரோனா இருந்தது. பள்ளி செல்லும் மாணவர்களைத் தடுத்து, இணைய வசதி இல்லாத, ஸ்மார்ட் போன் இல்லாத, சிக்-னல் கிடைக்காத ஊர்களில் வசிக்கும் மாணவர்கள் படிக்கத் தகுதியற்றவர்கள் என்ற நிலை உருவாகியது. படிப்பைப் பாதியில் நிறுத்தியவர்கள் பலர், குடும்ப சூழ்நிலை காரண-மாகப் படிக்க முடியாதவர்கள் பலர், மீண்டும் படிக்க வேண்-டும் என்ற கனவிலேயே வேலைக்குச் செல்லும் நிர்பந்தத்தில் தள்ளப்பட்டவர்கள் பலர் என்று அனைவருக்கும் இந்தக் கதை அர்ப்பணம்.”

9

ஊழல் / வஞ்சனை / சுயநலம்

"என்னப்பா இந்த விலை சொல்ற?"

"என்னங் சார் பண்றது? கொரோனா வந்ததும் வந்தது, எல்லாம் விலையேறிப்போச்சு. நாங்களும் நாலு காசு பாக்க வேண்டாங்களா?"

கூசாமல் உண்மையைச் சொன்னான் ஆரோக்கியசாமி.

"காசு பாக்கறது தப்பில்லை. ஆனா 30 ரூபா பால் பாக்கெட்டை 50 ரூபா சொல்ற, 40 ரூபா தண்ணி கேன் இப்போ 100 ரூபா. அநியாயமா இல்லையா பா" என்று அங்கலாய்த்தார் பிரின்ஸ்.

"நியாயம் அநியாயம் பார்த்தா இந்த காலத்துல பொழைக்க முடியாது சார்"

பெரிய நிகழ்கால தத்துவம் ஒன்றை போற போக்கில் சொல்லிவிட்டு அடுத்த ஆளை கவனிக்க ஆரம்பித்தான் ஆரோக்கியசாமி.

மனம் நொந்துகொண்டே பணத்தைக் கொடுத்துவிட்டு நகர்ந்தார் பிரின்ஸ்.

பிரின்ஸ் ஒரு பள்ளிக்கூட வாத்தியார். ஏழாம் எட்டாம் வகுப்புகளுக்குக் கணக்கு வாத்தியார். ஓய்வு பெற இன்னும் நான்கு ஆண்டுகள் இருக்கும் நிலையில் போன ஆண்டே வீ.ஆர்.எஸ் (விருப்ப ஓய்வு) கொடுத்து விட்டார். மனைவி மேரியும் ஆங்கில ஆசிரியை. மூன்று ஆண்டுகளுக்கு முன்பு தண்டுவடத்தில் உண்டான ஒரு கட்டி அவளைப் படுத்த படுக்கை ஆக்கிவிட்டிருந்தது. பிரின்ஸ் விருப்ப ஓய்வு பெற்றதும்

அதனால் தான்.

அந்த ஊரில் கணவன் மனைவி உறவுக்கு ஒரு எடுத்துக்காட்டு வேண்டும் என்றால் அது பிரின்ஸ்-மேரி தம்பதிகள் தான். அவர்களுக்குள் சண்டைகள் சச்சரவுகள் வந்து யாரும் பார்த்தது கிடையாது. இருவரும் ஒருவரோடு ஒருவர் அதிர்ந்து பேசியதுகூடக் கிடையாது. அவர்களுக்கு வாழ்வில் ஒரே குறை தான், அவர்களுக்குக் குழந்தைகள் இல்லை. அதனால் தானோ என்னவோ அவர்களே ஒருவொருக்கொருவர் குழந்தைகளாயினர்.

நிறையப் பிள்ளைகளைப் படிக்க வைத்தனர். பள்ளியில் வசதியில்லாத பல குழந்தைகளுக்கு பிரின்ஸ் சாரும் மேரி மேடமும் நிச்சயம் உதவியிருப்பார்கள் என்று ஊர் சொல்லும் அளவுக்கு உதாரத்துவம். மேரி மேடம் சமையல் கலையில் வல்லுநர். அவர்கள் பிரியாணிக்கு அந்தப் பள்ளியே அடிமை. கிறிஸ்துமஸ் சமயத்தில் அவர்கள் வீட்டிலேயே செய்யும் கேக் பக்கத்து ஊர் வரை பிரபலம்.

சாதாரண குடும்பங்களில் இருந்து வந்தவர்கள் தான் பிரின்ஸும் மேரியும். ஒரு சிறிய வீடு தான் அவர்கள் சொத்து. பெரிதாக ஒன்றும் சேர்த்து வைக்கவில்லை. பிரின்ஸ் ஒரு எக்சல் சூப்பர் வைத்திருந்தார். ஓய்வு பெற்றவுடன் வந்த தொகையை வங்கியில் வைப்பு நிதியாக வைத்திருந்தார். அதிலிருந்து வரும் வட்டியில் தான் குடும்பம் நடத்த வேண்டியிருந்தது.

வீட்டில் தானே இருக்கிறோம், மேரிக்கும் சற்று மன உற்சாகம் அளிக்கும் என்று பத்துப் பனிரெண்டு பிள்ளைகளுக்கு டியூஷன் சொல்லித் தருவார். அதில் வரும் சொற்ப வருமானம் அந்தப் பிள்ளைகளுக்கு வகுப்பு முடிந்து செல்லும்போது தீனி வாங்கிக் கொடுப்பதற்கே சரியாய்ப் போய்விடும்.

"போகும்போது என்னத்த கொண்டு போகப்போறோம் சார்? இருக்கற வரைக்கும் நாலு பேருக்கு அன்பு காட்டிட்டுப் போவோம்" என்பார் பிரின்ஸ்.

காலம் இப்படி ஓடிக்கொண்டிருக்கும் போது தான் கொரோனா பெருந்தொற்றுப் பரவல் ஏற்பட்டது. இருவரும் 60 வயதுக்கு மேற்பட்டவர்கள் என்பதால் வெளியில் போவதை அறவே குறைத்துக்கொண்டார் பிரின்ஸ். பிள்ளைகளுக்குப் பாடம் எடுப்பதும் நின்றது. பக்கத்துத் தெருவில் இருக்கும் ஆரோக்கியசாமி கடை ஒன்றிற்கு மட்டும் தான் வாரம்

ஒரு முறையோ இரு முறையோ போய் வருவார்.

கொரோனாவைக் காரணம் காட்டி எல்லா பொருட்களின் விலையும் அதிபயங்கரமாக உயர்த்திவிட்டார்கள். அவரின் சொற்ப ஓய்வூதியத்தில் இந்த விலையேற்றத்தைச் சமாளிக்க முடியவில்லை. அந்த விரக்தியின் வெளிப்பாடு தான் ஆரோக்கியசாமியுடனான இந்த உரையாடல்.

மேரியிடமும் பெரிதாக தன்னுடைய மனக்குமுறல்களைச் சொல்ல மாட்டார். ஏற்கனவே படுக்கையில் இருக்கும் மனைவியின் மனதை மேலும் பாரமாக்க வேண்டாம் என்பது அவர் எண்ணம். அன்று அவரால் தாங்க முடியவில்லை.

"எவ்ளோ விலை விக்கறாங்க மேரி! எதை கேட்டாலும் கொரோனா காரணம் சொல்றாங்க"

மேரி தலையசைத்தாள்.

"ஜப்பான்-ல பூகம்பம் வரும்போதெல்லாம், ஜனங்க அவ்ளோ நியாயமா நடந்துப்பாங்களாம். உணவுப் பொட்டலங்களோ தண்ணீர் பாட்டில்களோ விநியோகிக்கும் போது, ஒன்று மட்டும் தான் வாங்கிப்பாங்களாம். அத விட, காசு கொடுத்து கடைல சாமான் வாங்கும்போது கூட, ரொம்ப அளவாத் தான் வாங்குவாங்களாம். எங்க பின்னாடி வாங்க வரவங்களுக்கு இல்லாமப் போய்டுமோ என்ற நல்ல எண்ணத்தில். இங்க என்னடான்னா குடிக்கற தண்ணில கூடக் கொள்ள லாபம் பாக்கணும்னு அலையறாங்க"

மேரி சிரித்தாள்.

எவ்வளவு ஸ்ட்ரெஸ் இருந்தாலும் மேரியின் சிரிப்பு அதையெல்லாம் மறக்கச் செய்துவிடும்.

மேரியின் சிரிப்பில் பழைய நினைவுகளை அசை போட ஆரம்பித்தார் பிரின்ஸ். வானொலியில் பழைய டிஎம்எஸ் பாடல்கள் ஒலிக்கத் தொடங்கியிருந்தது.

ஒரு சில வாரங்கள் உருண்டோடின. பிரின்ஸ் கொஞ்சம் அதிகமாக இரும ஆரம்பித்திருந்தார். மேரியும் மூச்சு விட சிரமப்பட்டாள். என்ன செய்வதென்று தெரியவில்லை.

செய்தித்தாளில் படித்த கோரங்கள் எல்லாம் தங்கள் வாழ்விலும் நடந்துவிடுமோ என்ற அச்சம் இருவரையும் பிடித்தது.

மேரியின் மூச்சுத்திணறல் முற்றவே, பிரின்ஸ் அருகிலிருக்கும் ஒரு மருத்துவமனைக்குத் தொலைபேசியில் அழைத்தார். வீட்டிற்கு வந்து

கொரோனா பரிசோதனை செய்ய 1000 ரூபாய் என்றார்கள். வேறு வழியில்லை, சரியென்று ஒப்புக்கொண்டார்.

அடுத்த இரண்டு மணி நேரத்தில் முழுஉடலையும் மறைத்துக் கவசமிட்டிருந்த ஒருவர் இருசக்கர வாகனத்தில் வந்தார். மேரிக்கு முதலில் பரிசோதனை. மூக்கு துவாரங்களில் ஸ்வாப் வைத்து எடுத்தபோது மேரி துடித்துவிட்டாள். அவள் சிரித்த முகத்தையே பார்த்துப் பழகியிருந்த பிரின்ஸ் சற்று எரிச்சலடைந்தார்.

"கொஞ்சம் பாத்து மெதுவா எடுப்பா"

வந்தவர் ஒன்றும் பேசவில்லை.

அடுத்து பிரின்ஸ், அவருக்கும் மூக்கிலும் வாயிலும் ஸ்வாப் வைத்து சாம்பிள் எடுத்தார்.

"நாளைக்கு ரிசல்ட் வரும் சார், உங்க மொபைல் நம்பர் சொல்லுங்க" என்றார் வந்தவர்.

பிரின்ஸ் தன்னுடைய அலைபேசி எண்ணைச் சொன்னதும் குறித்துக் கொண்டார்.

"இந்தாப்பா 1000 ரூபா, ஆஸ்பத்திரிக்கு போன் பண்ணப்போ சொன்னாங்க"

"என்ன சார், உயிர பணயம் வெச்சு வீட்டுக்கு வந்து டெஸ்ட் பண்றோம், கொஞ்சம் பாத்து போட்டு குடுங்க"

பிரின்ஸ் என்ன சொல்வதென்று தெரியாமல் நின்று கொண்டிருந்தார்.

"சார், இன்னொரு 500 ரூவா குடுங்க, அடுத்த இடத்துக்கு போகணும்" என்று சொல்லிவிட்டு பதிலை எதிர்பாராமல் நீட்டிய கையுடன் அலைபேசியை எடுத்து பேசலானார்.

பிரின்ஸ் தன் பையில் மீதம் இருந்த இரண்டு 500 ரூபாய் தாள்களில் ஒன்றை எடுத்துக் கொடுத்தார்.

அன்று இரவு முழுவதும் உறக்கம் இல்லை.

கொரோனா தொற்று இருக்கிறதா இல்லையா என்று தெரிந்துகொள்ளும் எண்ணம் ஒரு புறம் வாட்டினால், இந்த 500 ரூபாவை வைத்துக்கொண்டு இன்னும் பத்து நாட்களை எப்படி ஓட்டுவது என்ற எண்ணம் மறுபுறம் அவரைத் தூங்க விடவில்லை. இதுல தொற்று இருப்பது உறுதியானால், ஆஸ்பத்திரி மருந்துச் செலவுக்கு என்ன செய்வதென்ற கேள்வி வேறு.

மேரிக்கு மூச்சுத்திணறல் இன்னும் அதிகமாகியது. எப்படியோ நாளை காலை வரை சமாளித்து விடவேண்டும் என்று இருவரும் உறங்காமல் மௌனம் காத்தனர்.

அதிகாலை 5 மணிக்கு அவர்கள் நித்திரை மயக்கத்தில் உறங்கினர். திடீரென்று வாசலை யாரோ பலமாகத் தட்டும் சப்தம். விழித்துப் பார்த்தால் மணி 10. அந்த 5 மணிநேரம் அவர்கள் உறங்கினார்கள் என்ற உணர்வே இல்லை. பிரின்ஸ் தன் கண்ணாடியை அணிந்துகொண்டு வாசலைத் திறந்தார். காவி உடை உடுத்திய 4 பேர், வெள்ளை சட்டை காவி பாண்ட் அணிந்திருந்த ஒரு நபர்.

"என்ன சார், எவ்வளவு நேரமா கதவ தட்டறோம், திறக்க இவ்வளவு நேரமா?"

"சாரி சார், ராத்திரி முழுசும் தூக்கம் இல்ல, அதான் அசந்துட்டோம். என்ன சார்? என்ன வேணும்?"

"உங்களுக்கு மெசேஜ் எதுவும் வரலையா சார்? நேத்து கொரோனா டெஸ்ட் எடுத்தீங்களா?"

"ஆமா சார். இன்னிக்கு போன்ல ரிசல்ட் வரும்னு சொன்னாங்க"

"ரிசல்ட் பொசிட்டிவ்-னு வந்துருக்கு சார், அதான் சுகாதாரத்துறைக்கும் இன்டிமேஷன் வந்தது"

பிரின்ஸ் ஒரு நிமிடம் நிலைகுலைந்தார். அவர் நெற்றியில் இருந்து வேர்வை தாரையாகக் கொட்ட ஆரம்பித்தது.

"சார், சார்"

"சொல்லுங்க சார், இப்போ நாங்க என்ன பண்ணனும்? என் மனைவி பெட்ரெஸ்ட்-ல இருக்கா, அவளால நடமாட முடியாது. அவளுக்கு மூச்சுத்திணறல் வேற அதிகமா இருக்கு"

"அப்படியா சார், ஒரு நிமிஷம் இருங்க" என்று சொல்லிவிட்டு அந்த வெள்ளைச் சட்டை போட்டிருந்த நபர் அலைபேசியில் யாரையோ அழைத்துப் பேசும்படி கொஞ்சம் தள்ளிப் போனார்.

மற்ற நால்வரும் ஏதோ கொலைக் கைதியைப் பார்ப்பது போல் பிரின்ஸ்-ஐ கண்காணித்துக் கொண்டு நின்றனர். இரண்டு நிமிடத்தில் அந்த வெள்ளை சட்டை அணிந்த நபர் வந்தார்.

"சார், உங்க மனைவிக்கு ரொம்ப முடியலைன்னா, உங்களுக்கு தெரிஞ்ச ஆஸ்பத்திரியில அட்மிஷன் போட பெட் புக் பண்ணீருங்க. ஆனா அது வரைக்கும் உங்க வீட்ட சீல் பண்ணனும்"

"எதுக்கு சார்?"

"என்ன சார் படிச்சிருக்கீங்க, எதுவும் தெரியாத மாதிரி கேக்கறீங்க? நீங்க பாட்டுக்கு பால் வாங்கறேன் மோரு வாங்கறேன்னு வெளில சுத்தி கிருமிய பரப்பி விட்டுடீங்கன்னா எங்க வேலை போய்டும், அதனால நீங்க வீட்லேந்து வெளில வராம இருக்க தகரம் வெச்சு உங்க முன் வாசல் பின் வாசல் எல்லாம் அடைக்கணும்னு மேலிடத்து உத்தரவு."

"என் மனைவிய எப்படி சார்? ஏதாவது அவசரம்னா என்ன பண்றது சார்?"

"போன் இருக்குல்ல? இந்த நம்பருக்கு கூப்பிடுங்க. யாரோ ஒருத்தர் வந்து வேண்டியத செய்வாங்க. பின்னாடி கதவு இருக்கா சார்?"

"ஆமாங்க"

"தம்பி, அப்போ ரெண்டு தகர ஷீட் வேணும், மூங்கில், கயிறு எல்லாம் இருக்குல்ல?"

"இருக்குங்" என்றார் அந்த நால்வரில் ஒருவர்.

"சார், உங்க பேரு பிரின்ஸ், உங்க வீட்ல அவங்க பேரு மேரி. கரெக்ட்டா சார்?"

ஆம் என்று தலையசைத்தார் பிரின்ஸ்.

"ஒரு இருபதாயிரம் இருந்தா குடுங்க சார்"

"என்ன? 20,000 ரூபாயா? எதுக்கு சார்?"

"என்ன எதுக்குன்னு கேக்கறீங்க? முன் வாசல் பின் வாசல் எல்லாம் அடைக்கணும், அதுக்கு தகர ஷீட், மூங்கில் கம்பு, கயிறு, ஆள் கூலி இதெல்லாம் யார் குடுப்பாங்க"

"அரசாங்கம் தான சார் குடுக்கணும்?"

"என்ன சார் எதுவுமே தெரியாத மாதிரி நடிக்கிறீங்க? இது வரைக்கும் இந்த ஏரியால மட்டும் பதினைஞ்சு வீட்டுக்கு சீல் வெச்சுருக்கோம், எங்க கைக்காசு போட்டா செய்ய முடியும்?"

"அவ்வளவு பணம் இல்லையே சார், நாங்க என்ன பண்றது?"

"அதெல்லாம் எங்களுக்குத் தெரியாது, பணத்தக் குடுங்க, சீல் வெக்கலேன்னா என் வேலை போய்டும்"

பிரின்ஸ் என்ன செய்வதென்று தெரியாமல் முழித்து நின்றார்.

"என்னங்க"

உள்ளேயிருந்து மேரியின் குரல்.

"ஒரு நிமிஷம் சார்"

"சீக்ரம் போய் காச எடுத்துட்டு வாங்க சார்" எரிச்சலுடன் சொன்னார் அந்த வெள்ளைச் சட்டைக்காரர்.

பிரின்ஸ் உள்ளே சென்றார். மேரி தன் கைபேசியை எடுத்துத்தரும்படி கேட்டாள்.

"எதுக்குமா?" என்று கேட்டுக்கொண்டே எடுத்துக் கொடுத்தார்.

"இந்த பேங்க் மொபைல் ஆப் மூலமா அந்த வைப்பு நிதியை எடுத்துடலாங்க, இங்க இருக்கு பாருங்க இந்த paytm-னு ஒரு ஆப், அது மூலமா வந்தவருக்கு பணத்த ட்ரான்ஸ்பர் பண்ணீரலாம்"

"எதுக்கு மா? நியாயமா ஒழச்சு சம்பாதிச்ச பணம், இப்படி அநியாயமா குடுக்கணுமா?"

"வேற வழி என்னங்க? தேவையில்லாம பிரச்சனை பண்ணுவாங்க"

இந்த இணையவழிப் பணப் பரிவர்த்தனைகளை முடிப்பதற்கு முக்கால் மணிநேரம் ஆகிவிட்டது. அதற்குள் அந்த வெள்ளைச் சட்டைக்காரர் பாடிய வசைகளைச் சொல்லி மாளாது. அத்துனை வசைகளை பிரின்ஸ் தன் வாழ்க்கையில் கேட்டதே இல்லை.

வங்கியில் மிச்சம் இருந்தது 4 லட்சத்து எண்பதாயிரம்.

தகரங்கள் அடிக்கப்பட்டு வீடு சீல் செய்யப்பட்டது. சொந்த செலவில் ஒரு சிறை அமைத்து அதில் சிறைபட்டுக் கொண்ட அனுபவம் யாருக்கும் நேரக்கூடாது.

இருந்த மருந்து மாத்திரைகளை வைத்து ஒரு நாள் ஓடியது. மேரிக்கு மூச்சுவிட மிகவும் கடினமாயிருந்தது. அதுவரை எப்படியோ சமாளித்தவள், தன் கணவனிடம் தன்னால் இனி இயலாது என்று செய்கையில் சொன்னாள்.

அந்த வெள்ளைச் சட்டைக்காரர் கொடுத்த நம்பருக்குப் பல முறை முயற்சி செய்து ஒரு வழியாக உதவி கோரினார் பிரின்ஸ். அடித்த தகரத்தைப் பிரிப்பதற்கு 2000 ருபாய் கேட்டு வாங்கிக்கொண்டு பிரித்து விட்டனர். வாசலில் ஒரு பலகையும் வைத்துச் சென்றனர், "இந்த வீட்டில் உள்ளவர்களுக்குக் கொரோனா தொற்று கண்டறியப்பட்டது" என்று எழுதியிருந்தது.

ஆஸ்பத்திரிக்குப் போன் செய்தார் பிரின்ஸ்.

"சார் பெட் கிடைக்கறது ரொம்ப கஷ்டம். இரண்டு லட்சம் அட்வான்ஸ் கட்டுனா எப்படியோ ஒரு பெட் ஏற்பாடு பண்ணீரலாம்" என்று சர்வ சாதாரணமாகச் சொன்னாள் அந்த வரவேற்பாளர்.

"நான் மறுபடியும் கூப்படறேன் மா" என்று போனை வைக்கும் முன் அந்த பெண் சொன்னாள், "சார் ஏதா இருந்தாலும் சீக்கிரம் சொல்லுங்க, நாலு லட்சம் வரை கொடுக்க தயாரா இருக்கறவங்க கூட இருக்காங்க"

பிரம்மை பிடித்தவர் போல் கட்டிலில் சாய்ந்தார் பிரின்ஸ். மேரி இன்னும் மேல் மூச்சு கீழ் மூச்சு வாங்க முடியாமல் துடித்துக் கொண்டிருக்கிறாள்.

இரண்டொரு மருத்துவமனைகளுக்கு அழைத்து விசாரித்தார். எங்குமே இடமில்லை என்று கை விரித்தனர்.

மீண்டும் அந்தப் பழைய மருத்துவமனைக்கே அழைத்து, இரண்டு லட்சம் தருவதாகச் சொன்னார்.

"அப்பவே நான் தான் சொன்னேனே சார், ஏதோ நீங்க தெரிஞ்சவர், வாத்தியார்ங்கறதால உங்களுக்கு இந்த ரேட்டு. இங்க வந்து பாருங்க, பெட் இல்லாம எவ்ளோ பேரு காத்திருக்காங்கன்னு. ஆம்புலன்ஸ் அனுப்பறோம் சார், உங்க மனைவிய அழைச்சுட்டு வாங்க. அப்புறம் பணத்த கேஷ்-ஆ கட்டிடுவீங்களா இல்ல ஆன்லைன்-ல கட்டுவீங்களா?"

ச்ச! என்ன உலகமடா இது? பிணம் தின்னிக் கழுகுகள் கூட சமூகத்திற்கு நன்மை செய்யும், இந்த பணம் தின்னி மனிதர்கள் வாழும் சமூகத்தில் வாழ்வது என்ன வாழ்க்கை!

மேரி தீவிர சிகிச்சைப் பிரிவில் சேர்க்கப்பட்டாள். பணம் கரைந்து கொண்டே வந்தது.

இரண்டு நாட்களுக்கு மருத்துவமனை நம்பிக்கை கொடுத்துக்கொண்டே இருந்தது. மூன்றாவது நாள் ஒரு செவிலி வந்து வாசலில் காத்திருந்த பிரின்ஸ்-ஐத் தட்டி எழுப்பினாள்.

"சார், ஹாஸ்பிடல்ல ஆக்சிஜன் சிலிண்டர் இல்ல. உங்க மனைவி கொஞ்சம் சீரியஸ் கேஸ், கண்டிப்பா ஆக்சிஜன் வேணும். இன்னும் ரெண்டு மணிநேரத்துல எப்படியாவது ஏற்பாடு பண்ணுங்க"

"நான் எங்கம்மா போய் ஆக்சிஜன் சிலிண்டர் கொண்டு வர்றது? எனக்கு யாரையும் தெரியாதே"

பிரின்ஸ் கண்களில் தாரை தாரையாய் நீர். அந்த செவிலிக்கே மனது வலித்தது.

"என்ன சார் பண்றது. எங்களுக்கு ஆக்சிஜன் சிலிண்டர் சப்ளை செய்யற கம்பெனி நம்பர் தரேன், வேணா கேட்டு பாருங்க சார்"

பிரின்ஸ் அந்த நம்பர்-ஐ அழைத்தார். அரை மணி நேரம் கழித்துத் தான் அழைப்பு சாத்தியமானது. அவர் ஆக்சிஜன் சிலிண்டர் ஸ்டாக் இல்லை என்றார். பல கெஞ்சல்களுக்குப் பின்னர், அவர் இன்னொரு எண்ணைக் கொடுத்து அழைக்கச் சொன்னார். அது கள்ளச் சந்தை என்றும் விலை கொஞ்சம் அதிகமாக இருக்கும் என்றும் சொன்னார்.

அந்த எண்ணிற்கு அழைத்து, பல விவாதங்களுக்குப் பின், ஒரு ஆக்சிஜன் சிலிண்டர் 50,000 ரூபாய் என்று விலை முடிவு செய்து, "ஆன்லைன்ல அனுப்பீருங்க சார், பணம் வந்தா தான் டெலிவரி பத்தி சொல்லுவோம்" என்று கறாராய் பேசினான் அந்தக் கள்ளச் சந்தை வியாபாரி.

எப்படியோ பக்கத்தில் உதவி கேட்டு ஐம்பதாயிரம் ரூபாயை இணையம் மூலம் அனுப்பிவிட்டார் பிரின்ஸ். அவ்வளவு தான், அதற்குப்பின் அந்த எண்ணைத் தொடர்பு கொள்ளவே முடியவில்லை.

மனம் நொந்து போனார் பிரின்ஸ். மாய்ந்தே போனாள் மேரி.

"சார், சீக்ரம் பணத்த கட்டிட்டு பாடிய வாங்கிடுங்க. அந்தப் பெட்டுக்கு ஏற்கனவே இன்னொரு ஆளு காத்துட்டு இருங்காங்க"

பிரின்ஸ் தன் ஏடிஎம் கார்டை நீட்டினார்.

"இந்த மிஷினு வேலை செய்யலை சார், கொஞ்சம் எதுத்த ரோட்ல இருக்குற ஏடிஎம்-ல எடுத்துக் கொடுத்துடுங்க" - தன் ஒரே ஒரு சொந்தத்தையும் இழந்து நிர்கதியாய் நிற்கும் ஒரு உடைந்த மனிதனிடம் எந்த சலசலப்பும் இல்லாமல் சொல்லிவிட்டு அடுத்த நோயாளியிடம் வசூல் செய்யத் திரும்பினார் அந்த நபர்.

விரக்தியின் உச்சத்தில் எதுவும் பேசாமல் நடக்கலாயினார் பிரின்ஸ்.

சாலையை கடந்து தானியங்கி இயந்திரத்திற்குச் செல்லும் போது, வேகமாக வந்த ஒரு லாரி அவரை இடித்தது. தூக்கி வீசப்பட்டார் பிரின்ஸ்.

அவருடைய பையில் இருந்த ஏடிஎம் கார்ட் பறந்து மருத்துவமனை வாசலில் விழுந்தது. அந்த வங்கிக்கணக்கில் இன்னும் இருபத்தைந்தாயிரம் மீதமிருந்தது.

“மனிதன் ஒரு மகத்தான சல்லிப் பயல் என்று ஒரு எழுத்தாளர் எழுதியது எவ்வளவு உண்மை என்பதை கொரோனா காலங்கள் படம் பிடித்துக் காட்டியது. வியாபாரிகள் நியாயமாய் இருப்பது போய், மருத்துவம் கூட வியாபாரமயமானது. அதுவும் கேடுகெட்ட வியாபாரமாக! மக்களின் ரத்தத்தை உறிஞ்சி, உயிரையும் கூட உறிஞ்சிப் பணம் சம்பாதிக்க மனிதர்கள்(?) தயங்கவில்லை. அத்தியாவசியப் பொருட்கள் தொடங்கி மருந்து மாத்திரைகள் வரை பத்து மடங்கு இருபது மடங்கு விலை வைத்துக் கொள்ளை அடித்ததும் இன்றி, கள்ளச் சந்தையில் பணத்தை வாங்கிக் கொண்டு போலி மருந்து கொடுப்பது, பிராணவாயு உருளை (ஆக்ஸிஜன் சிலிண்டர்) தருகிறேன் என்று ஏமாற்றியது என்று இன்னும் எண்ணிலடங்கா முறைகளில் ஊழல், வஞ்சனை, சுயநலம் தலை விரித்து ஆடியது. அப்படி வஞ்சிக்கப்பட்ட, வஞ்சிக்கப்பட்டு வாழ்வை இழந்த, உயிரை இழந்த, வாழ்வாதாரத்தை இழந்த, வாழ்ந்துவிடலாம் என்ற நம்பிக்கையை இழந்த அனைவருக்கும் இந்தக் கதை அர்ப்பணம்.”

10

கலை

"என்னத்துக்குணா இப்போ காத்தாலேயே 4 மணிக்கு ஏந்துண்டு இப்டி வாத்தியத்தைத் தட்டின்றுக்கேள்?"

கமலா பேசுவது வேறு யாரிடமோ என்பது போலத் தன் மிருதங்கப் பயிற்சியில் தன்னை இழந்திருந்தார் ராஜாமணி.

"ஏன் தான் இவர் இப்படிப் பண்றார் தெரில. ஏதோ தினம் நாலு கச்சேரி வராப்போல. கொரோனா இல்லாத காலத்திலேயே ஒரு தேங்கா மூடிக்கும் ரெண்டு வாழப்பழத்துக்கும் ராப்பூரா பஜனை பண்ணிட்டு வரதோட சரி, இப்போ அதுவும் இல்ல. எதுக்கு நாலு மணிக்கு ஏந்துண்டு இப்படித் தட்டி, பக்கத்து வீட்டுக்காராண்ட எழவ கூற்றார்னு தெரில"

தன் படுக்கையில் இருந்தபடியே புலம்ப ஆரம்பித்தாள் கமலா.

ராஜாமணிக்கு நிரந்தர வேலை என்று ஒன்றும் இல்லை. கல்யாணம் ஆன புதிதில் ஏதோ ஒரு அரிசி மண்டியில் கணக்கராக இருந்தார். அது 5 வருடம் தான். அதற்குப் பின் ஏதோ சீட்டு கம்பெனியில் ஒரு வருடம். பின் ஒரு செக்யூரிட்டி கம்பெனி. மகன் ராமு வேலைக்குத் போனதும் எந்த வேலைக்கும் போவதில்லை ராஜாமணி. கமலா சமையலில் தான் குடும்பம் ஓடியது. முதலில் வயதான தம்பதியர் வீட்டில் போய் தினமும் சமைத்துக் கொடுத்து வந்தவள், பின் வீட்டிலிருந்தபடியே கேரியர் கட்ட ஆரம்பித்தாள். வியாபாரமும் பெருகியது. எப்படியோ மகன் ராமுவைப் படிக்க வைத்து, இப்போது ஒரு நல்ல வேலையில் சேர்ந்துவிட்டான். இனி யாருக்கும் சமைக்க வேண்டாம் என்று மகன் சொன்-

னாலும், பத்து வருஷமாகத் தன்னிடம் சாப்பிடும் நான்கு ஐந்து பேருக்குச் சமைத்துக் கொடுக்காமல் இருப்பது ஏதோ அவர்களுக்குத் துரோகம் செய்வது போல் என்ற எண்ணம் கமலாவிற்கு. தனக்கும் கணவருக்கும் சமைக்கும் போது, கூட அவர்களுக்கும் சேர்த்துச் செய்துவிடுவாள்.

"இருக்கட்டும்பா, ஏதோ அவாளுக்கும் ஒரு உபகாரம், நேக்கும் ஏதோ கை செலவுக்குக் கொஞ்சம் பைசா ஆச்சு" என்று மகன் ராமுவை சமாதானம் செய்வாள்.

ராஜாமணி பெரிய வித்துவான் இல்லை, ஏதோ பஜனைக்கு வாசிப்பார், ஓரிரெண்டு கோவில் கச்சேரிகளில் அவ்வப்போது வாசிப்பார். வருமானம் ஒன்றும் இதனால் இல்லையென்றாலும், அவருக்கு ஒரு மன திருப்தி. ஆனால் அவர் செய்கிற ஒரு சில காரியங்கள் வீட்டில் இருப்பவர்களுக்குப் பல சமயம் இடைஞ்சலாகத்தான் முடியும்.

அவர்கள் இருப்பது ஒரு ஒண்டிக் குடுத்தனம். ராமு வேலைக்குச் சேர்ந்து ஒரு வருடம் தான் ஆகியிருந்தது. வாங்கியிருந்த கடன்களை அடைப்பதற்கும், வீட்டுச் செலவுகள், ஆஸ்பத்திரிச் செலவுகள் என்று வாங்கும் சம்பளம் சரியாய்ப் போகும். வேறு ஒரு தனி வீட்டிற்கு வாடகைக்கு செல்லலாம் என்றால் முன்பணம் கொடுக்கவே இன்னொரு பெரிய கடன் வாங்க வேண்டி வரும். கமலாவுக்கும் அந்த வீடு பழகிவிட்டது.

கொரோனா ஆரம்பித்ததில் இருந்து, அக்கம் பக்கத்து வீடுகளில் "ஒர்க் பிரம் ஹோம்". சிலர் இரவு முழுதும் வேலை செய்துவிட்டு அதிகாலையில் தான் உறங்கச் செல்வர். ராஜாமணி இப்படி 4 மணிக்கெல்லாம் எழுந்து மிருதங்கம் வாசித்தால், அவர்களுக்கு எப்படி இருக்கும்? தினமும் ஏதோ ஒரு வீட்டில் இருந்து யாராவது வந்து ஒரு பிராது வாசிப்பது வழக்கமாகிவிட்டிருந்தது. இன்றைக்கு எதிர்த்த வீட்டு ராணி.

"மாமி, மாமி"

"என்ன ராணி? சொல்லுமா"

"எத்தன தடவ சொல்றது மாமி? கொஞ்சம் மாமாட்ட சொல்லுங்களேன். அவருக்கு இரவெல்லாம் ஏதோ வேலை, லேப்டாப் வெச்சுட்டு உக்காந்திருந்தார். மூணு மணிக்குத் தான் படுத்தார். நாலு மணிக்கு மாமா வாசிக்க ஆரம்பிச்சு அவர் தூக்கமே போச்சு. என்கிட்ட மூஞ்சிய தூக்கி வெச்சுருக்கார்."

"நோக்கு தான் தெரியுமே ராணி, எத்தனை தடவ சொன்னாலும் கேக்கமாட்டேங்கறார். சில சமயம் காதுலயே விழாத மாதிரி போய்டுறார், சில சமயம் சிரிச்சுண்டே போய்டுறார். அதுக்கு மேல ஏதாது சொல்றதுக்கும் நேக்கு கஷ்டமா இருக்கு"

"புரிது மாமி, கொஞ்சம் பக்கத்து வீடு எதுத்த வீட்டையும் பத்தி யோசிக்கணும் இல்ல. விடுங்க மாமி. இன்னிக்கு என்ன சமையல்?"

"பூஷணிக்கா போட்டு சாம்பாரும், பாவக்கா பிட்லயும் பண்ணலாம்னு நெனைச்சுண்டிருக்கேன். காத்தால ரெண்டு தோசை வாத்துச் சாப்டாச்சு"

"ஓ சரி மாமி. ஷன்னுவுக்கு ஆன்லைன் கிளாஸ் ஆரம்பிக்கறதுக்குள்ள இட்லி ஊத்தி குடுக்கணும். நான் அப்பறமா வரேன்"

சொல்லிவிட்டு வேகமாக நகர்ந்தாள் ராணி.

"என்ன ணா காதுல விழுந்ததா? இப்படித் தான் யாரோ ஒருத்தர் தினமும் வந்து ஏதாது சொல்லிண்டிருக்கா, நீங்க கேக்கறேளோ? இல்ல. அவா உங்களாண்ட ஒண்ணும் சொல்றதில்ல. நான் தான் நடுவுல மாட்டிண்டு முழுச்சுண்டிருக்கேன்."

ராஜாமணி எப்போதும் போல் பேசாமல் அமர்ந்துகொண்டிருந்தார்.

"சரி சரி. இந்த டிபன் பாக்ஸ இராமச்சந்திரன் சார் வீட்ல குடுத்துட்டு வந்துடுங்கோ. அவா டிபன் சாப்பட்ற நேரமாயிடுத்து."

ராஜாமணி எதுவும் பேசாமல் சட்டையை மாட்டிக்கொண்டு டிபன் பாக்ஸை எடுத்துக் கொண்டு இராமச்சந்திரன் வீடு நோக்கி நடக்கலானார்.

"சார் சார்"

"வாங்க வாங்க, இப்போ தான் சொல்லிட்டு இருந்தேன், இன்னும் காலை சிற்றுண்டி வரலயேன்னு. உள்ள வாங்க, உக்காருங்க"

இராமச்சந்திரன் ஒரு ஓய்வு பெற்ற தமிழ்ப் பேராசிரியர். மேடை பேச்சாளர் கூட. கொரோனா பெருந்தொற்றுப் பரவலைத் தொடர்ந்து அவரது வாழ்க்கை மாறிவிட்டிருந்தது. மாதம் எப்படியும் ஐந்து அல்லது ஆறு அழைப்புகள் இருக்கும். அதற்காகப் படிப்பதும், தயார் செய்வதுமாக நேரம் போய்விடும். இப்போது எதற்கும் வழி இல்லை.

இராமச்சந்திரன் மனைவி காப்பி கொண்டு வந்தார்கள். இராமச்சந்திரன் டப்பாவை திறந்து சிற்றுண்டியை தட்டில் போட்டுக்கொண்டிருந்தார்.

"மணி, காபி சாப்பிடுங்க"

"சாப்படறேன் சார்"

"அப்புறம் மணி, கச்சேரி பஜனை எதுவும் போனீங்களா? சாந்தி காலனி பிள்ளையார் கோயில் சதுர்த்தி விழா என்னாச்சு? உங்கள ஏதும் கூப்டாங்களா? ரெண்டு மாசத்துக்கு முன்னாடி வஜ்ரவேலு சொல்லிருந்-தார், என்னையும் பக்தி நெறி பத்தி ஒரு சொற்பொழிவாற்றச் சொல்லி. அதுக்கப்புறம் ஒன்னும் தகவல் இல்ல."

"இல்ல சார். இந்த கொரோனா வந்தத்துலேந்து ஓங்கியும் போல. வீடே கதி. வயசாயிடுச்சு, தூக்கமும் கம்மி. நேரத்துல முழிப்பு வந்துடுது. ஏந்துண்டு கொஞ்சம் வாசிக்கலாம்னா, ஆத்துக்காரி கத்தறா. ஒன்னும் சொல்றதில்ல சார். ஆடுன காலும் பாடுன வாயும் சும்மா இருக்கா-தும்பா, அது அவளுக்கு எங்க புரியும். அவளுக்கு சமைக்கறது புடிக்கும், அத நிறுத்துவாளோ? நேக்கு மிருதங்கம் வாசிக்கறது பிடிக்கும், அதுக்கு மட்டும் தடா போட்டா எப்டி?"

"உண்மை தான் மணி. அம்மா, கொஞ்சம் தண்ணீர் கொண்டு வா" மனைவியிடம் தண்ணீர் கொண்டு வரும்படி சொல்லிவிட்டு இராமச்சந்-திரன் மீண்டும் தொடர்ந்தார்.

"முன்ன எல்லாம், எப்படியும் மாசம் அஞ்சாறு எடத்துலயாது பேச அழைப்பு வரும். அதுக்காகப் புத்தகங்களை வாசிப்பது, குறிப்பு எடுப்பது, தயார் செய்வதுனு நேரம் உபயோகமாகும். இப்போ ரொம்பக் கஷ்டமா இருக்கு மணி. ஏதோ வியாதி வந்தது மாதிரி. ஏதோ நீங்க வரும்போது பேசறது தான் கொஞ்சம் மன ஆறுதல்."

"இந்த போன்ல ஏதோ ஆன்லைன்ல நிகழ்ச்சி நடக்குதுன்னு வாட்-சப்பில யாரோ அனுப்பிச்சாளே, அந்த மாதிரி எதுவும் செய்யலையா சார்?"

"எங்க மணி? போன வாரம் அப்படி ஒரு அழைப்பு வந்தது. ஏதோ ஒரு இணைப்பு, குறுஞ்செய்தி மூலமா அனுப்பினாங்க. நானும் அந்த இணைப்பில் இணையலாம்னு அழுத்தி அழுத்தி பாத்தேன், முடியவே இல்லை. ஏற்பாட்டாளர்களும் எவ்வளவோ முயற்சி செய்து பாத்தாங்க, கடைசி வரைக்கும் முடியல. ரொம்ப ஏமாற்றமா போயிட்டுது. இருபது முப்பது பேர் அந்த இணைப்பிலே என் பேச்சைக் கேக்க காத்திருந்தாங்-களாம். பாவம்."

"அச்சச்சோ, அடுத்த தெருவுல ஒரு கம்ப்யூட்டர் ஷாப் இருக்கே சார், அவாள கேட்டா எதுவும் செஞ்சு தர மாட்டாளா?"

"தொலைபேசில கூப்பிட்டேன் மணி. அங்க வேலை செய்கிற பையனுக்குக் கொரோனா தொற்றாம். இன்னும் ரெண்டு வாரங்களுக்கு யாரும் இருக்கமாட்டாங்களாம்"

"அது வேற அப்படியா? என்ன செய்ய? உங்க பசங்க சார்? அவங்க நெனச்சா ஏதாச்சும் செய்யலாமே?"

"அத ஏன் மணி கேக்கறீங்க? ஓய்வு காலத்தில பேசாம இருக்க வேண்டியது தானே, இந்த வயசான காலத்தில இதெல்லாம் தேவை-யான்னு ஆரம்பிச்சுடுவாங்க. அதுக்குப் பயந்தே அவங்ககிட்ட ஒன்னும் கேக்கறது இல்ல"

"அதுவும் சரி தான் சார். தோளுக்கு மேல பசங்க வளந்துட்டா அப்-படித்தான். நம்ம வேலைய பாத்துண்டு இருந்தூட்றது தான் சாஸ்வதம்."

"நீங்க பக்கத்து வீட்டுப் பசங்களுக்கு மிருதங்க வகுப்புகள் எடுக்க வேண்டியது தானே மணி? உங்களுக்கும் வாசிச்சா மாதிரி இருக்கும், நாலு பேருக்கு வித்தையைக் கத்து குடுத்தா மாதிரியும் இருக்கும்."

"கிளாஸ் எடுக்கற அளவுக்கு நேக்கு ஞானம் போறாது சார். அதுவும் இந்தக் காலத்துப் பசங்க கீ போர்டு கிட்டார்ன்னு கத்துக்க ஆசைப்ப-டறா, தோல் வாத்தியங்கள கத்துக்க பெரிசா ஆர்வமில்ல. நம்ப பாடு பரவால்ல சார். ஏதோ பகவான் புண்ணியத்துல பொழப்பு ஓடின்றுக்கு. இதையே தொழிலா செய்யரவாள நெனச்சா தான் கஷ்டமா இருக்கு. கச்சேரியும் இல்ல, ஆன்லைன் கிளாஸ் எடுக்கறதும் கஷ்டம், எப்படி வருமானம் வரும் என்ன செய்வா ஒன்னும் புரில. நம்ப ரமேஷ் இருக்-கானே சார், ஞாபகம் இருக்கா?"

"எந்த ரமேஷ், மணி? அன்னைக்கு உங்களோட பஜனைக்கு வந்தி-ருந்தாரே, கொஞ்சம் குண்டா, தாடி வெச்சுட்டு?"

"அவனே தான் சார். பாவம். ரெண்டு சின்ன கொழந்தேள். அவன் ஆத்துக்காரிக்கும் வேல போயிடுத்து. இவனுக்கும் கச்சேரி ஒன்னும் இல்ல. ஆன்லைன் கிளாஸ் எடுக்கலாம்னா அவா இருக்கற எடத்துல டவர் கெடைக்கிறது இல்ல. வந்த நாலஞ்சு ஸ்டுடென்சும் இதனால நிறுத்திட்டா. கஷ்டப்பட்டுண்டு இருக்கான். அவன் மாமனார் வீட்ல கொஞ்சம் உதவியா இருக்கறதால ஏதோ பொழப்பு ஓடின்றுக்கு"

"ஐயோ பாவமே! இந்த வெளி நாடுகளிலெல்லாம் ஏதோ முக கவசம் போட்டுட்டு, சமூக இடைவெளியோட நிகழ்ச்சி நடத்தலாம்னு அனுமதி குடுக்கறாங்களாம். அப்படி ஏதாவது இங்க முயற்சி எடுக்கலாம்."

"ஆமா சார், நம்ம யார்ட்ட போய் சொல்றது. அடுத்த மாசத்துலேந்து ஊரடங்குத் தளர்வுகள் இருக்கும்னு சொல்றா, அப்போவாது இந்த மாதிரி கலைத்துறைல இருக்கறவாளுக்கு விடிவு வருதா பாக்கலாம்"

"இசைக் கலைஞர்கள் சங்கம் மூலமா ஏதாவது உதவி உண்டா?"

"ஏதோ அவளால முடிஞ்சத பண்றா சார், இப்போ விக்கற வெலவாசிக்கு எப்படிப் போறும்?"

"அதுவும் சரி தான், மணி. நீங்க சொன்னவுடன் தான் நினைவு வருது. நம்ம கூட பட்டிமன்றம் பேச்சுமன்றம்னு வர்ற நெறய பேர் இருக்காங்க. அவங்களுக்கு ஏதாவது உதவி வேணுமான்னு அழைச்சுக் கேக்கணும். ஏதோ நம்மால முடிஞ்சத செய்யலாம் பாருங்க."

"நன்னா சொன்னேள். சரி சார், நேரம் போனதே தெரில. மாமி மதியம் சாப்பாடு தயாராச்சுன்னா கொண்டு வந்து கொடுப்பா. நான் போனா தான் அவா வர முடியும். அரட்டை கச்சேரில உக்காந்துட்டேளானு கத்துவா. அப்போ நான் வரட்டுமா சார்?"

"வாங்க மணி. அப்பப்போ வந்து போய்ட்டு இருங்க. மேடையில் தான் பேச முடியல, உங்க கூடயாவது பேசி என் ஆதங்கத்தத் தீத்துக்கறேன்."

சிரித்துக் கொண்டே கிளம்பினார் ராஜாமணி.

"அம்மா, அந்த கைப்பேசிய எடுத்துட்டு வா" என்று தன்னோடு பேச வரும் நண்பர்களுக்கு அழைப்பதில் மும்மரமானார் இராமச்சந்திரன்.

ஏதோ ஒரு சங்கதியை முணுமுணுத்தபடி நடக்கலானார் ராஜாமணி.

கலைஞனுக்குக் காசை விட ரசிகனின் கைதட்டல்கள் முக்கியம். சாப்பிடாமல் கூட இருந்துவிடுவது எளிது, கற்ற கலையை வெளிப்படுத்த வாய்ப்பில்லாமல் சிறைப்படுவது என்பதைவிடக் கொடிய தண்டனை வேறெதுவும் இருக்க முடியாது.

> *"கொரோனா பெருந்தொற்று பலருடைய வாழ்வுகளைப் புரட்டிப் போட்டது. அதில் பல்வேறு கலைஞர்களின் வாழ்வுகள் முற்றிலுமாய் முடங்கிப் போயின. இசைக் கலைஞர்கள், பேச்சாளர்கள், நடனக் கலைஞர்கள், நாட்டுப்புறக் கலைஞர்கள், கிராமியக் கலைஞர்கள், என்று பலர் ஒரு வருமானமும் இல்லாமல், தங்கள் கலையை வெளிப்படுத்-*

தவும் முடியாமல் வீட்டிலேயே சிறைப்பட்டு மிகுந்த சிரமத்திற்கு உள்ளாயினர். அப்படிப்பட்ட கலைஞர்கள் அனைவருக்கும் இந்தக் கதை அர்ப்பணம்."

11

ஊடகம்

"மீனாட்சி மீனாட்சி, இங்க வந்து பாரு"

வெங்கடேசன் மீனாட்சி தம்பதி பெங்களூருவில் வசித்து வந்தனர். வெங்கடேசன் பிஎஸ்என்எல் நிறுவனத்தில் அதிகாரி. மீனாட்சி ஒரு கட்டிடக்கலை வல்லுநர் (ஆர்கிடெக்ட்). இரண்டு பிள்ளைகள். முதலில் ஒரு பெண், அவள் மும்பையில் ஒரு தனியார் வங்கியில் பணிபுரிகிறாள்; கணவர் தணிக்கை அதிகாரி. இரண்டாவது ஒரு ஆண் பிள்ளை, சென்னையில் ஒரு மருத்துவக் கல்லூரியில் இறுதியாண்டு மாணவன்.

"மீனாட்சி, கூப்புடுறது காதுல விழுகலயா?"

"வரேங்க, என்ன புதுசா காட்டப்போறீங்க, அந்த நியூஸ் சேனல் தானே?"

பேசிக்கொண்டே ஒரு புத்தகமும் கையுமாக உள்ளறையில் இருந்து கூடத்திற்கு வந்தாள்.

"இதெல்லாம் தெரிஞ்சுக்கணும் மீனாட்சி. நேத்தைய விட இன்னிக்கு கொரோனா கேசஸ் 30 பெர்ஸன்ட் இன்கிரீஸ் ஆகிருக்கு. ஏதோ புது வேரியன்ட் வேற வந்துருக்காம்"

"நீங்க ஏன் இப்படி நியூஸ்-அ பாத்து பாத்து டென்ஷன் ஆகறீங்கன்னு தெரில"

"டென்ஷன் ஆகறதில்ல மீனாட்சி. அந்த காலத்துல தான் சோசியல் மீடியா மாஸ் மீடியா எல்லாம் இந்த அளவு இல்ல. இப்போ இருக்கு, தகவல் எவ்ளோ வேகமா பரவுது, எல்லாம் தெரிஞ்சு வெச்சுக்கணும்"

"தெரிஞ்சு வெச்சுக்கறது தப்பில்ல தான், ஆனா நீங்க எல்லாத்தை-யும் உள்ள வெச்சு டென்ஷன் ஆகறீங்களே"

"இப்போ நான் எங்க டென்ஷன் ஆனேன்? உனக்கும் உன் பையனுக்கும் நான் என்ன சொன்னாலும் தப்பாத் தான் தெரியும்"

"அவனை எதுக்கு நம்ம கான்வர்ஷேஷன்ல கொண்டு வரீங்க?"

"பின்ன என்ன மீனாட்சி? பேமிலி வாட்ஸாப்ப் குரூப்ல ஏதாது பயனுள்ள விஷயங்களை பார்வர்ட் பண்ணா, fake (உண்மையற்ற) நியூஸ், நான்சென்ஸ்-னு ரிப்ளை பண்றான். நீ என்னடான்னா கூப்பிட்-டாலே முகம் சுழிக்கற?"

மீனாட்சி அமைதியானாள். இது எங்கே கொண்டு போகும் என்று அவளுக்குத் தெரியும். கொரோனா பெருந்தொற்றுப் பரவல் வந்ததோ இல்லையோ, ஊடங்களில் வரும் செய்திகள் செய்திகளாக மட்டும் இல்லாமல், பயமுறுத்தும் எந்திரங்களாகவும், சமூக வலைத்தளங்களும் உண்மைகளைவிட வதந்திகளைப் பரப்பும் ஊடகங்களாகத் தங்கள் பணியை செவ்வனே செய்துவருகின்றன.

இதில் படித்தவர்களே ஏமாறும்போது, பாமர மக்களின் நிலை என்-னவாகும்?

சிந்தனைகளில் மூழ்கிய மீனாட்சியை வெங்கடேசனின் குரல் உலுக்-கியது.

"உன்கிட்ட தான் பேசிட்டு இருக்கேன். இந்த கொரோனா வந்து வெளில போகவும் விட மாட்டேங்குது, வீட்டுக்குள்ள எனக்கு மதிப்பே இல்ல"

"என்னங்க வேணும் உங்களுக்கு? இப்போ யாரு உங்கள மதிக்காம போனாங்க?"

"யாரு என்னை மதிக்கறாங்க சொல்லு? கொரோனா போறதுக்கு ஒரே வழி ஆவி பிடிக்கறதுனு எவ்ளோ பேர் சொல்றாங்க, அதுக்கு தண்ணி கேட்டா நீங்களே வேணும்னா போட்டுக்கங்க, உங்களுக்கு வேற வேல இல்லனு சொல்ற; வெளியே போகும்போது ரெண்டு கிராம்பை வாயில போட்டுட்டு மென்னுட்டு போனா எந்த கிருமியும் உள்ள போகா-துனு சொன்னா, என்னமோ முணுமுணுக்கிற"

"இது உங்களுக்கே நியாயமா இருக்கா? ஏதோ வாட்ஸாப்ப்ல வர்ற செய்திகளையெல்லாம் உண்மைனு சொல்லி, என்னங்க இதெல்லாம்?"

"உங்களுக்கெல்லாம் நான் சொல்றது இப்படித்தான் இருக்கும், ஏதாவது வந்தா தான் என் அருமை தெரியும்"

மீண்டும் வெங்கடேசன் செய்திகளில் மூழ்கினான்.

ஊரடங்கு அறிவித்ததில் இருந்து, வெங்கடேசனுக்கு இதே வேலை தான். தினமும் காலை செய்தித்தாள் வாசிப்பது, பின் தொலைக்காட்சி பெட்டியில் அவசர செய்திகள், அதற்குப் பின் கைபேசியில் வாட்ஸாப்ப் செய்திகளை வாசிப்பதும் பகிர்வதும். இதில் ஏதாவது நல்ல விஷயம் இருக்கிறதா என்றால் இல்லை. பல தவறான செய்திகளும், நிரூபிக்கப்படாத விஷயங்களையெல்லாம் துறைக்குச் சம்பந்தமே இல்லாத "அறிஞர்கள்" அறிவியல் உண்மை போல எடுத்துரைப்பதும், அதில் வரும் விஷயங்களையெல்லாம் செய்தால், அதில் உண்மையிருந்தால் இந்தக் கிருமி தற்கொலை செய்தே செத்திருக்க வேண்டும்.

"ஹலோ திவாகர், சென்னை எப்படி இருக்கு?"

"இருக்கு மம்மி, இங்கயும் கேசஸ் அதிகமாகிட்டு தான் இருக்கு"

"சாப்பாட்டுக்கெல்லாம் ஒன்னும் பிராபிளம் இல்லையே?"

"இல்ல மம்மி, ஆனா சாப்பிடத்தான் நேரம் இல்ல"

"ஏன் டா?"

"அதான் சொன்னேனே, கேசஸ் அதிகமாகிட்டு இருக்கு. நாங்களும் ஹாஸ்பிடல் வார்டுக்குப் போய் ஹெல்ப் பண்ண வேண்டி இருக்கு"

"ஓ! பாத்து டா. மாஸ்க் எல்லாம் போட்டுட்டு தானே போற?"

"ஆமாம், அதில்லாம எப்படி? ஆனா, ஒரு நாள் பூராவும் மாஸ்க் போட்டுட்டு ரொம்ப கஷ்டமா இருக்கு"

"கஷ்டத்த பாத்தா முடியுமா?"

"என்ன சொல்றான்? மாஸ்க் பத்தியா?"

வெங்கடேசன் குறுக்கிட்டார்.

மீனாட்சி ஒரு பார்வை பார்த்தாள்.

"ஒரு வீடியோ அனுப்பியிருக்கேன், உன் பையன பாக்கச் சொல்லு. மாஸ்க் போட்டா எப்படி ஆக்ஸிசன் கிடைக்கும்? வாயில கிராம்பை போட்டுட்டு போக சொல்லு, காலைல சாய்ந்தரம் ஸ்டீமிங் பண்ணச் சொல்லு"

வெங்கடேசன் ஆரம்பித்தார்.

"மம்மி, இன்னும் டாடி திருந்தலையா? ஒய் இஸ் ஹீ டூயிங் திஸ்?"

"விடு திவாகர். நீ களைப்பா வந்துருப்ப, ரெஸ்ட் எடு. நாளைக்குக் கால் பண்றேன். பை செல்லம்"

மீனாட்சியின் முகம் கோபத்தில் சிவந்தது.

"அவனே அங்க தனியா இருந்து கஷ்டப்பட்டு, சாப்பிட்டும் சாப்பிடாம ஹாஸ்பிடல் போய்ட்டு வந்துட்டு எப்பவாச்சும் தான் கால் பண்றான். ஏன் இப்படி பண்றீங்க?"

"நான் என்ன பண்ணேன்? நல்லது சொன்னா ஒரு குத்தமா?"

"நீங்க சொல்றது எல்லாம் நல்லது இல்லைங்க. சும்மா ரெண்டு மூணு சயன்டிபிக் வார்த்தைகளை யூஸ் பண்ணி ஒரு வீடியோ போட்டா அதையெல்லாம் அப்படியே நம்புவீங்களா? போன வாரம் தானே திவாகர் தெளிவா சயுன்டிபிக் எக்ஸ்பிளநேஷன் கொடுத்தான், அவன் மெடிசின் தானே படிக்கறான். அவன் சொன்னா கூட கேக்க மாடீங்களா? அவன் தினம் எவ்வளவு பேஷன்ட்ஷ நேர்ல பாக்கறான்?"

"அம்மாவும் பையனும் ரொம்ப பண்ணாதீங்க, ஏதோ உங்களுக்குத் தான் எல்லாம் தெரியும் என்று. சோசியல் மீடியால சொல்றவங்க எல்லாம் முட்டாள்கள் இல்லை."

வெங்கடேசன் உணர்ச்சிவயப்பட்டுப் பேசிக்கொண்டே இருக்க, மீனாட்சி தன் கவனத்தை மீண்டும் புத்தகத்தில் செலுத்தினாள்.

மீனாட்சிக்கும் வெங்கடேசனுக்கும் ஓரிரு வாரங்களில் கொரோனா தொற்று வந்து சேர்ந்தது. வெங்கடேசனின் கை மருந்துகள் ஒன்றும் பயனளிக்கவில்லை.

"இது எப்படி வந்தது? டெய்லி மஞ்சப்பொடி கலந்த தண்ணிய வெறும் வயத்துல குடிச்சேன், கப சுர குடிநீர் தினமும் குடிச்சேன், ரெண்டு தடவ ஸ்டீமிங் பண்ணேன். எனக்கு எப்படி வந்தது? இத்தனையும் தாண்டி ரெண்டு வாக்சின்ஸ் எடுத்திருக்கேன்"

மீனாட்சி பொறுமையாக விவரித்தாள்.

"நான் சொல்றத கொஞ்சம் பொறுமையா கேப்பீங்களா?"

"சொல்லு மீனாட்சி, கேக்கறேன்"

"சோசியல் மீடியால சொல்றதெல்லாம் தப்புனு சொல்லலீங்க. ஆனா சொல்ற விஷயத்த எல்லாம் அப்டியே நம்பக் கூடாதுன்னு தான் சொல்றோம். மஞ்சள் கிருமி நாசினி தான், நோ டவுட். பட் அது கொரோனாவுக்கு எவ்ளோ எப்பெக்ட்டிவ்னு தெரியாது; கப சுர குடிநீர் கூட அப்படித் தான். ஒரு சிலருக்கு அது நல்ல ரிசல்ட்ஸ் குடுத்தது, ஒரு சிலருக்கு

இல்லை. இது அலோபதி மெடிசினுக்கும் பொருந்தும். அதனால தான் டாக்டர்ஸ் ஒரு வாரத்துக்கு மெடிசின் கொடுத்துட்டு, சரியாகலைனா மறுபடியும் வாங்கனு சொல்றாங்க. வேற மெடிசின்ஸ் மாத்தி எழுதிக் கொடுப்பாங்க. யாரோ ஒருவர் போடுற விடீயோவைப் பாத்துட்டு அது ஹண்ட்ரட் பெர்ஸன்ட் கரெக்ட்னு நம்புறது நமக்கு நல்லது இல்லைங்க. ஒரு வேள அவங்களுக்கு அது ஒத்து வந்துருக்கலாம், அது எல்லாருக்கும் பொருந்தும்னு அவசியமில்ல."

பொறுமையாகக் கேட்டுக்கொண்டிருந்தார் வெங்கடேசன். மனது எங்கோ ஒரு புறம் அது உண்மை என்று உறக்கச் சொல்லிக்கொண்டிருந்தது.

"சாரி மீனாட்சி. நான் நியூஸ் பாத்து பாத்து பானிக் ஆயிட்டேன். எங்க நமக்கும் வந்து என்னவோ ஆயிடுமோன்னு எத்தத் திண்ணா பித்தம் தெளியும்ங்கற மாதிரி ஏதோ டேஸ்ல இருந்துட்டேன். திவாகருக்கு போன் பண்ணி சொல்லு, வீ டெஸ்டெட் பொசிட்டிவ்னு. அவன் அட்வைஸ்படி செய்வோம்."

கொரோனா வந்ததின் பயம் ஒரு புறம் இருந்தாலும், வெங்கடேசனின் இந்த மனமாற்றம் மறுபுறம் மீனாட்சிக்கு ஆறுதல் அளித்தது. தகுந்த மருத்துவ வழிகாட்டுதலின்படி நடந்து, இரு வாரங்களில் இருவரும் கொரோனாவில் இருந்து மீண்டு வந்தனர்.

வெங்கடேசன் காலையில் செய்தித்தாள் வாசிப்பதும், சாப்பிடும்போது தலைப்புச் செய்திகள் பார்ப்பதோடும் சரி. மீதி நேரங்களில் புத்தகங்கள் வாசிப்பதும், மாடித் தோட்டம் அமைப்பதுமாகத் தன் நேரத்தைச் செலவிட்டார்.

“கொரோனா காலங்களில் ஊடகங்களின் பங்களிப்பு மிகப் பெரிய தாக்கத்தை மக்கள் மத்தியில் ஏற்படுத்தியது. பல நன்மைகள் விழைந்தாலும், எண்ணிலடங்கா தீமைகளும் நேர்ந்தது. செய்திகளை அறிந்து கொள்வதில் தவறில்லை, அது ஒரு வகையில் அவசியமும் கூட. ஆனால், நெஞ்சைப் பதற வைக்கும் பின்னணி இசையோடு நாள் முழுதும் அவசர செய்திகளைப் போடுவதும், ஒரு சிறு விஷயத்தை ஊதிப் பெரிதாக்கி மக்களைப் பயமுறுத்துவதும் நன்மையை-

விடத் தீமையே செய்தன. மக்களும் தங்களுக்குத் தெரிந்ததை எல்லாம் காணொளிகளாகப் பதிவிட்டுப் பகிர்வதும், அதை அப்படியே நம்பி சரியான மருத்துவம் பெறாமல் உயிரை இழக்கும் அளவு ஆபத்தை உண்டாக்கியதை யாரும் மறுக்க இயலாது. ஊடகங்களால் பாதிக்கப்பட்ட அனைவருக்கும் இந்தக் கதை அர்ப்பணம்."

12

மனிதம்

"காலங்காத்தால இந்தப் பொழப்புத் தேவையா? இதுக்கா கஷ்டப்பட்டு ஒன்ன டாக்டருக்குப் படிக்க வெச்சோம். பகவானே, என்ன பாவம் செஞ்சோமோ?"

விசும்பி அழ ஆரம்பித்தாள் லலிதா. லலிதா-சுந்தரராமன் தம்பதியின் ஒரே மகள் ஷ்வேதா. மதுரை மருத்துவக் கல்லூரியில் இளங்கலை மருத்துவம் படித்துவிட்டு, இப்போது மெட்ராஸ் மருத்துவக் கல்லூரியில் முதுகலை மருத்துவம் இரண்டாம் ஆண்டு.

"ஏன்ணா, நீங்களாவது சொல்லப்டாதா?"

சுந்தரராமன் அமைதி காத்தார்.

"ஏம்மா இப்படி அழுது ஊர கூட்ற? நான் அப்படி என்ன தப்பு பண்ண போறேன்னு நீ இப்படி ஒப்பாரி வெக்கற?"

"என்னடி தப்பில்ல? ஆச்சாரமான குடும்பத்துல பொறந்துட்டு, அதுவும் பொம்மனாட்டி, ஷ்மஷானத்துக்கு போவாளா? பொணத்தை தொடறது, தூக்கறது, ச்சீ ச்சீ. இதப் பெருமையா பேப்பர்ல வேற எழுதிருக்கான் போட்டோவோட"

"அதுல என்னம்மா தப்பு இருக்கு. நான் ஒன்னும் குடும்ப மானத்த கப்பல் ஏத்தலையே! சமூகத்துக்கு நல்லது செய்யறேன்னு பாராட்டித்தானே எழுதியிருக்கா?"

"பாராட்டுப் பத்திரம் வாசிக்கறவா வாசிச்சுட்டு போய்டுவா, ஒரு கல்யாணம் காட்சின்னு வந்தா புள்ளை வீட்ல உன் பூர்வாஷ்ரமம் தெரிஞ்சா என்னவாகும்?"

"என்னவாகும்? அப்படிக் குத்தம் கண்டுபிடிக்கறவரோட வாழ நான் தயாரா இல்ல. பிராட் மைண்டெட்-அ இருந்தா ஓகே, இல்லனா வேண்டாம்"

"இப்படி எதுத்துப் பேசிப் பேசித்தான் இப்போ இந்த அளவு வளந்து நிக்கற. உனக்கெல்லாம் இப்போ சொன்னா புரியாது. என் தலையெழுத்து, இதெல்லாம் பாக்கர்துக்கு என்ன இன்னும் பகவான் உயிரோட வெச்சுருக்காரே"

இப்பவும் சுந்தரராமன் வாய் திறக்கவே இல்லை.

ஷ்வேதா ஒரு டிராக் பேண்டும் டீ-ஷர்ட்டும் அணிந்து கொண்டு தன் இருசக்கர வாகனத்தில் கிளம்பினாள்.

"ஹலோ ஜாஸ்மின்? நான் கிளம்பீட்டேன், நீ நேரா அங்க வந்துடு"

ஜாஸ்மின் அவளுடைய பள்ளித் தோழி.

இருவரும் ஒரே கல்லூரியில் மருத்துவம் படிக்க வேண்டும் என்று விரும்பினார்கள். ஆனால் ஷ்வேதா மதுரையிலும் ஜாஸ்மின் சென்னையிலும் படிக்க நேர்ந்தது. இளங்கலை அப்படியென்றாலும், முதுகலைப் படிப்பில் இருவரும் ஒரே கல்லூரியில் சேர்ந்தனர்.

கொரோனா முதல் அலையில் நேர்ந்த சோகங்கள் இவர்கள் இருவரையும் இந்தச் சமூகப் பணிக்கு இழுத்தது. இருவரது நட்பு வட்டத்தில் உள்ள ஒரு தோழியின் குடும்பம் பல இன்னல்களைச் சந்தித்தது. தோழியின் தந்தை கொரோனாவின் முதல் அலையில் பாதிக்கப்பட்டபோது சில மருத்துவமனைகள் மருத்துவம் செய்ய மறுத்தன; அனுமதித்த மருத்துவமனையில் பணம் கட்ட வழியில்லாமல் தவித்தனர்; அப்போது பரிந்துரைக்கப்பட்ட remdesivir என்னும் மருந்து கிடைக்காமல் திண்டாடியது என்று எத்தனையோ இன்னல்கள். ஷ்வேதா ஜாஸ்மின் மற்றும் நண்பர்கள் சேர்ந்து ஒவ்வொரு கட்டத்திலும் உதவி செய்தாலும், மரித்த பிறகு நடந்த அவலங்கள் அவர்களுக்கு மிகுந்த மன உளைச்சலைக் கொடுத்தது. பிணத்தைத் தெருவிற்குள்ளேயே அனுமதிக்கவில்லை; தோழியும் அவள் அம்மாவும் இரண்டு பெண்கள்; தனியாகத் தவித்த காட்சிகளை இன்று நினைத்தாலும் இதயம் வெடித்துவிடும். பிணத்தைத் தூக்க ஆளில்லை. கொரோனா குறித்த தவறான புரிதல்களும், வாட்ஸாப், பேஸ்புக், யூடியூப் போன்ற சமூக வலைத்தளங்களில் பரவும் தவறான தகவல்களும் வதந்திகளும் எப்படிப்பட்ட விளைவுகளை ஏற்படுத்தும்; எத்தனை பேரை எப்படியெல்லாம் காயப்படுத்தும்; வாழ்வில்

ஆறாத ரணங்களை ஏற்படுத்த முடியும் என்பதற்கு இது ஒரு உதாரணம்.

அதில் தொடங்கியது தான் இந்த இரு தோழிகளின் சமூகப் பயணம். "ரெஸ்ட் இன் பீஸ்" என்ற ஒரு தொண்டு நிறுவனம் ஆரம்பித்து, அனாதைப் பிணங்கள் மட்டுமின்றி இப்படி சமூகத்தால் வெறுத்து ஓரங்கட்டப்படும் பிணங்களையும் நல்லடக்கம் செய்வது என்பது நோக்கம்.

இந்த உன்னதமான பணியில் அவர்களுக்குப் பலர் உதவி செய்தனர். சமூக அழுத்தங்களால் நேரில் வந்து உதவி செய்யமுடியாத பல தோழிகள் பணம் கொடுத்தும் பொருள் கொடுத்ததும் உதவினர். இவர்கள் செய்யும் இந்த மகத்தான பணியை இரண்டொரு மாதங்களுக்கு முன்பு ஆங்கில நாளிதழ் ஒன்று ஒரு கட்டுரையாக வெளியிட்டது.

இப்போது கொரோனா இரண்டாவது அலை இந்தியாவில் கோர தாண்டவம் ஆடிக்கொண்டிருந்தது. மருத்துவமனைகள் நிரம்பி வழிந்தன, பிணவறைகளும் தான். சில பிணங்களை அவர்கள் குடும்ப நபர்களே வாங்க மறுத்தனர், எங்கே கொரோனா அவர்களுக்கும் பரவிவிடுமோ என்ற பயத்திலும் சுயநலத்திலும். வாழும்போது உறவுகளோடு வாழ்ந்த பலர் இறக்கும் போது அனாதைகளையினர். "ரெஸ்ட் இன் பீஸ்" செய்யும் சேவை இன்னும் அதிகமாகத் தேவைப்பட்டது. கடந்த இரண்டு மூன்று வாரங்களாக தினம் இரண்டு அல்லது மூன்று பிணங்களை நல்லடக்கம் செய்ய வேண்டி வந்தது.

"இன்னாமா தெனைக்கும் பொணத்தாண்டையே கீரிங்கோ, இன்னா செய்ய. காலம் அப்படிகிது. இன்னும் எத்தினி நாளோ. நீ செய்யுற வேலைக்கி நீ நல்லா இருப்ப. இந்தா, இங்க ஒரு கையெழுத்து போடு"

பிணவறையில் வேலை செய்யும் முனுசாமி மனதின் ஆழத்திலிருந்து வந்த ஆசீர்வாதம் அது. முதலில் முனுசாமிக்கும் ஒரு மாதிரி தான் இருந்தது.

"இன்னாம்மா இதி, டாக்டருக்கு பச்சினிருக்கறீங்கோ, பொணம் தூக்க வந்தீக்குதுங்க" என்று ஆரம்பித்து, கட்டிய துணையும் பெற்ற பிள்ளைகளும் கூட இரக்கமற்று கொரோனாவால் இறந்த உறவுகளின் பிணங்களை வாங்காமல் செல்வதைப் பார்த்து, இந்த இரு பெண்கள் செய்யும் சேவையின் உன்னதம் முனுசாமிக்குப் புலப்பட ரொம்ப காலம் ஆகவில்லை.

பிணத்தை எரிக்கும் மயிலான், பிணத்தை புதைக்கும் சூசை தொடங்கி ஈமக் காரியங்கள் செய்யும் பல்வேறு மத ஆச்சாரியர்கள் என்று எல்லாவிதமான மக்கள் கூட்டத்திலும் உதார குணம் கொண்டவர்கள் தாமாக முன்வந்து உதவினர்.

வியாதிகளை குணப்படுத்த உதவவும், இறப்பைத் தள்ளிப்போட உதவவும் மருத்துவம் படித்த இரு பெண்கள் இறந்தவர்களை மனிதாபிமானத்தோடு அனுப்பி வைக்கும் பணியில் ஈடுபடுவது பலரது கவனத்தை ஈர்த்தது.

இதையெல்லாம் படிக்கும்போது ஏதோ உன்னதமான உலகத்தில் வாழ்ந்து கொண்டிருப்பதாக ஒரு எண்ணம் தோன்றலாம். ஆனால் அவர்கள் அனுபவித்த இன்னல்களும், பட்ட அவமானங்களும் சொல்லி மாளாது. வசை பாடியவர்களின் பெயர்களை வரிசைப்படுத்த வருடம் ஆகும். சமூகம் என்ன நினைக்கும் என்றோ, உற்றார்களும் உறவினர்களும் என்ன நினைப்பார்கள் என்றோ, எதிர்காலம் என்னவாகும் என்றோ எந்த சிந்தனையும் அவர்கள் சேவையைத் தடுக்கவில்லை.

கொரோனா இரண்டாம் அலை ஒரு வழியாக பல இன்னுயிர்களை விழுங்கிப் பசியாறி ஓய்ந்தது. "ரெஸ்ட் இன் பீஸ்" அமைப்பு இன்னும் தங்கள் பணிகளைச் செய்துகொண்டிருந்தாலும், அவர்கள் பளு வெகுவாகக் குறைந்திருந்தது; உதவி செய்யவும் பல தன்னார்வலர்கள் தங்களை இணைத்துக் கொண்டிருந்தனர்.

ஷ்வேதாவும் ஜாஸ்மினும் முதுகலை மருத்துவப் படிப்பை முடித்திருந்தனர்.

இருவரும் அரசுப் பணியில் சேர்ந்து, வெவ்வேறு இடங்களில் அரசு மருத்துவமனைகளில் மருத்துவர்களாகப் பணியாற்றிக் கொண்டிருந்தனர். வாரம் ஒருமுறை தவறாமல் "ரெஸ்ட் இன் பீஸ்" அமைப்புக் குழுவோடு கலந்துரையாடல் என்று வாழ்க்கை வேகமாக அர்த்தமுள்ளதாக ஓடிக்கொண்டிருந்தது.

"ஷ்வேதா, இன்னிக்கு சாயந்தரம் மாப்பிள்ளை வீட்டுக்காரா வரா, செத்த சீக்கிரமா வந்துடு" லலிதா குரலில் ஒரு ஏக்கம், ஒரு எதிர்பார்ப்பு. இது நான்காவது சம்பந்தம். இந்த முறையாவது நல்லது நடுக்குமா என்ற ஏக்கமும் எதிர்பார்ப்பும் தான். முதல் மூன்று வரன்களும் வெவ்வேறு காரணங்களினால் தட்டிப் போனது.

"பொண் நன்னா இருக்கா, நன்னா புடிச்சிருக்கா. இந்த background செக் பண்ணும் போது, ஏதோ சோசியல் சர்வீஸ் பண்றதா சொன்னா" என்று மெதுவாக ஆரம்பித்து, "ரெஸ்ட் இன் பீஸ்" பற்றி அறிந்த பின் "நாங்க ஆச்சாரமான குடும்பம்" என்று விலகிச் சென்றது ஒரு வரன்; "இட் இஸ் எ வெரி நோபிள் சர்விஸ்" என்று பாராட்டி "பட் பிராக்ட்டிக்கலி கல்யாணத்துக்கு அப்புறம் அதுல இன்வால்வ் ஆகறது வில் நாட் பீ குட்" என்று சொல்ல, அதை ஷ்வேதா ஏற்க மறுக்க, வந்தவழி சென்றது அடுத்த வரன்; "மை சன் இஸ் இன் த UK, கண்டிப்பா FRCS பண்ணனும்" என்று ஷ்வேதாவின் கனவுகளுக்கோ ஆசைகளுக்கோ துளியும் மதிப்பளிக்காது தங்கள் மகனைப் பற்றியும் மகனின் குறிக்கோள்களைப் பற்றியுமே பேசிக்கொண்டிருந்த இன்னொரு வரன்; இப்போது நான்காவது வரன். என்ன நடக்குமோ, ஷ்வேதா என்ன சொல்வாளோ என்று லலிதாவுக்குப் பயம்.

ஷ்வேதா சீக்கிரம் வந்து விட்டாள்; வழக்கமான அலங்காரங்கள் செய்துகொண்டு தயாரானாள். மஞ்சள் நிற சுடிதார், சிவப்பு ஜரிகை, சிவப்பு நிற துப்பட்டா; மஞ்சள்-கருப்பு டெர்ரகோட்டா காதணிகள்; ஒற்றைக்கல் வைரம் பதித்த ஒரு மெல்லிய ஸ்வரோவ்ஸ்கி மாலை; நீர்த்துளி போல ஒரு அடர் பழுப்பு நிறத்தில் ஒரு போட்டு; ரெண்டு செண்பகப்பூ.

தன் பெண்ணைப் பார்க்க சுந்தரராமனுக்கு இரண்டு கண்கள் போதவில்லை. எப்போதும் போல் மகளைத் தன் கைபேசியில் படம் எடுத்துக்கொண்டார்; ஒரு சுயபடமும் (செல்பி) அவளோடு சேர்த்து. லலிதாவுக்குப் படம் எடுப்பதற்கெல்லாம் பொறுமையில்லை; மன அமைதியும் இல்லை. எப்படியாவது இந்த சம்பந்தமாவது முடிஞ்சுடணும் என்பது தான் அவளது ஒரே எண்ணம்.

சொன்னபடி ஐந்து மணிக்கு வாசலில் மாப்பிள்ளை வீட்டார் மகிழுந்து சத்தம். சொன்ன நேரத்திற்குச் சரியாய் வந்தது ஷ்வேதாவிற்குப் பிடித்திருந்தது.

"வாங்கோ மாமா, வாங்கோ மாமி"

பெற்றோர் இருவரையும் சுந்தரராமன்-லலிதா தம்பதி வரவேற்றனர்.

"வா கோந்தே"

மாப்பிள்ளையின் தங்கைக்கு வரவேற்பு.

"உக்காருங்கோ. இங்க ஜலம் இருக்கு. மாப்பிள்ளை பின்னால வராறா?"

"இல்ல மாமா. நேத்திக்கு அமெரிக்காலேந்து வர மாதிரி பிளான், கடைசி நேரத்துல ஏதோ அவசர வேலை, கேன்சல் ஆயிடுத்து. நீங்க போய் பாத்துட்டு வாங்கோ, நான் அவாளோட வீடியோ கால் பேச-றேன்னு சொன்னான்"

"ஓ அப்படியா, இருக்கட்டும். பாவம் இப்போ இருக்கற கொழந்தே-ளுக்கு ஒர்க் ஸ்ட்ரெஸ் தான்"

"கரெக்ட் மாமா. அந்தக் காலத்துல எங்க தோப்பனார் ICS-ல இருந்தார். இந்தியன் சிவில் சர்வீஸ். சாயந்தரம் ஆச்சுன்னா பஜனை கச்சேரின்னு பாடக் கௌம்பீடுவார். அப்பப்போ பத்திரிகைகள்ல ஏதா-வது கட்டுரைகளோ கதைகளோ எழுதுவார். நம்ம காலத்துல வேலைக்கு போயிட்டு வர்றதோட சரி, ஸ்ட்ரெஸ்னு சொல்றத்துக்கு எதுவும் இல்ல. இந்த காலத்து பசங்க வேலைக்கு போய்ட்டு வர்றத்துக்குள்ளயே ட்ரெய்ன் ஆயிட்றா. வேலையிலேந்து வந்தப்பிரமும் லேப்டாப்-அ வெச்சுண்டு ஒக்கான்தூட்ரா."

மாமி மாமாவை ஒரு முறை முறைக்க, தண்ணீர் குடிக்கும் சாக்கில் வாயை மூடினார்.

"அவர் அப்படித் தான் மாமா, பேசிண்டே இருப்பார். நீங்க ஒன்னும் தப்பா நெனச்சுக்காதேள். பையன் இவ்ளோ பேசமாட்டான், பயப்படா-தேள்"

"ஸ்வாரஸ்யமாத்தான் பேசறார் மாமி, அதனால என்ன. ஷ்வேதாவ வரச் சொல்றேன்"

ஷ்வேதா வந்தமர்ந்தாள். வழக்கமான விசாரிப்புகள் முடிந்தன. மாப்-பிள்ளையின் தங்கை கீர்த்தனாவுக்கு ஷ்வேதாவை ரொம்பப் பிடித்துப் போனது.

"மண்ணி, உங்கள எங்கயோ பாத்த மாதிரி இருக்கு. நீங்க எங்க படிச்சேள்? ஆனா காலேஜ்-ல பாத்த மாதிரி இல்ல. நீங்க மீடியா-ல வந்துருக்கீங்களா மண்ணி?"

"ஒரு தடவ தி ஹிந்து-ல ஒரு ஆர்டிகிள் பண்ணிருந்தாங்க, அதுல பாத்துருப்பீங்க"

"இஸ் இட் அபௌட் அன் NGO?"

"Yes, நானும் என் பிரெண்டும் சேர்ந்து "ரெஸ்ட் இன் பீஸ்"னு ஒரு..."

லலிதாவுக்குத் தொண்டை அடைத்தது. வேறு ஏதோ பேச முற்பட்-டாள், ஆனால் கீர்த்தனா விடுவதாக இல்லை.

"ஓ, ஐ ரிமெம்பர். அந்த பேப்பர் கட்டிங் கூட வெச்சுருக்கேன் மண்ணி. கொரோனா டைம்ல ஐ வாஸ் டூயிங் எ ப்ராஜெக்ட். இந்தமா-திரி சோசியல் சர்வீஸ் செய்யற ஆர்கனைசேஷன்ஸ் பத்தி டிடெயில்ஸ் எல்லாம் கலெக்ட் பண்ணி..." என்று தன்னுடைய கல்லூரியில் செய்த ஒரு செயல்திட்டத்தை விவரிக்க ஆரம்பித்தாள். இருவீட்டுப் பெற்றோ-ரும் காபியை ருசித்தபடி கேட்டுக் கொண்டிருந்தனர்.

லலிதாவுக்குத் தான் கொஞ்சம் பயமாக இருந்தது. இவங்களும் இதனால இவள வேண்டாம்னு சொல்லிட்டா என்ன பண்றதுனு.

"எங்களுக்கு ஒன்ன ரொம்ப பிடிச்சுருக்கும்மா, நீ எங்காத்து மாட்டுப் பொண்ணா வந்தா பரம சந்தோஷம்" - கீர்த்தனாவின் அப்பா ராமசுப்பு தன்னையும் அறியாமல் தன் நினைவுகளை வார்த்தைகளில் கொட்டி-னார்.

மாமி ஒன்றும் சொல்லவில்லை.

"இன்னும் மகன் பேசவே இல்லை, அதுக்குள்ள முந்திண்டு இப்படி கருத்து சொல்லனுமா" என்று தன்னுள் எண்ணியபடி, "இருங்கோ, அனந்துவுக்கு கால் பண்றேன், அவனோட நீங்களும் பேசுங்கோ, பொண்ணும் பேசட்டும்"

"ஹாய் அனந்து கண்ணா, ஷ்வேதா ஆத்துல இருக்கோம், வந்து அரை மணி ஆச்சு. அவாளோட பேசறியா? இரு தரேன்.

"மாமா இந்தாங்கோ"

சுந்தரராமன் ஒரு ஐந்து நிமிடம் உரையாடினார். படிப்பு உத்யோகம் மற்றும் சில விஷயங்களைப் பேசி, பின் ஷ்வேதாவிடம் கைப்பேசியைக் கொடுத்தார். ஷ்வேதா கைபேசியை எடுத்துக் கொண்டு மாடிக்குச் சென்-றாள்.

"ஹாய் ஷ்வேதா"

அனந்தராமன் தொடங்கினான்.

"ஹலோ. ஹௌ ஆர் யூ?"

"நன்னா இருக்கேன். ஹௌ அபௌட் யூ?"

"ஐ ஆம் பைன்"

அதற்குமேல் என்ன சொல்வதென்று தெரியாமல் இருந்த ஷ்வே-தாவை அனந்து காப்பாற்றினான்.

"உங்கள பத்தி கீர்த்தனா ரொம்ப எக்சைடட்-ஆ இருக்கா. இப்போதான் ஆஸ் வீ ஆர் டாக்கிங், உங்கள பத்தின ஹிந்து ஆர்டிகிள் லிங்க் அனுப்பிருக்கா, ஐ ஜஸ்ட் ஸ்கிம்ட் த்ரூ இட், வெரி இன்ஸ்பயரிங். நானும் இங்க US-ல, ஐ ஆம் இன்வோல்வ்ட் இன் மெனி ஸச் ஸ்டப். நீங்க பண்ற ஒர்க் ரொம்ப மீனிங்புள்ளானது" என்று அடுத்த பத்து நிமிடத்திற்கு ஷ்வேதாவின் தொண்டு நிறுவனத்தைப் பற்றியும், அவன் தன்னார்வலராகப் பங்கேற்ற பல அனுபவங்களைப் பற்றியும் பேசிக்கொண்டிருந்தான்.

ஷ்வேதாவும் ஒரு தோழனோடு பேசுவதைப் போன்ற உணர்வு கிட்டவே, பதைபதைப்பில்லாமல் பேச ஆரம்பிக்க, நாற்பத்தைந்து நிமிடங்கள் எப்படிப் போனதென்றே தெரியவில்லை.

ஷ்வேதாவை அழைக்க லலிதா மாடிக்கு வந்தபோது, தன் மகள் முகத்தில் இருந்த பூரிப்பைக் கண்டு இரண்டு நிமிடம் அப்படியே ரசித்து மகிழ்ந்து நின்று விட்டாள். பின், கீழே வரும்படி சைகை காட்டினாள். ஷ்வேதாவும் இரண்டு நிமிடம் என்று இரண்டு விரல்களைக் காட்டவே, தொற்றிக் கொண்ட மகிழ்ச்சியோடு கீழே போனாள்.

"ரொம்ப நேரம் பேசிட்டோம்னு நெனைக்கிறேன், அம்மா இப்போதான் சிக்னல் குடுத்துட்டு போனா"

"ஐ ஆம் சாரி. எனக்கு உங்கள ரொம்ப பிடிச்சுருக்கு. ஐ திங்க் அவர் ப்ரையாரிடீஸ் மேட்ச். என்னோட சம்மதத்த அம்மாட்ட சொல்லிடறேன்"

ஷ்வேதாவின் முகம் வெட்கத்தால் சிவந்தது; அந்த சிவப்பு அவள் சம்மதத்தை வார்த்தைகளை விட வலிமையாகச் சொல்லிற்று.

இரண்டு வீட்டாரும் மன நிறைவோடு பிரிந்து சென்றனர். அடுத்த வாரம் நாள் குறித்துவிடலாம் என்று முடிவு செய்தனர்.

மாப்பிள்ளை வீட்டாரை அனுப்பிவிட்டு சோபாவில் வந்து மூவரும் அமர்ந்தார்கள்.

"பகவான் என்ன கை விடல, நேக்கு ரொம்ப சந்தோஷம். புள்ளயாண்டான் சமத்து மாதிரி தெரியறது. மாமா மாமியும் பரவால்ல"

லலிதா ஆரம்பித்தாள்.

இந்தக் கதையில் இதுவரை பேசாத சுந்தரராமன் இப்போது முதல் முறையாகப் பேசுகிறார்.

"என்ன லல்லி, எப்படி என் பொண்ணு? என்னமோ கருச்சு கொட்டினியே அவள? இப்போ பாத்தியா? நீ எத வெச்சு மாப்பிள்ளை கெடைக்காதுனு சொன்னியோ, அந்த சர்வீஸ் பண்ணதுல தான் மாப்பிள்ளை இம்பிரஸ் ஆயிட்டார். மாப்பிள்ளை மட்டும் இல்ல, அவா ஆத்துல எல்லாரும். ஊர் பேர் தெரியாத உயிரோட இல்லாத ஜடத்துக்கே இவ்ளோ சேவை செய்யறான்னா, எங்காத்துக்கு வந்தா என் புள்ளைய மட்டும் இல்ல, எங்க குடும்பத்தையே நன்னா பாத்துப்பான்னு அந்த மாமா என் பொண்ணுக்கு செர்டிபிகேட் குடுத்துட்டு போனார்"

சுந்தரராமன் கண்கள் பரவசத்தினாலும் கண்ணீரினாலும் நிறைந்தது.

லலிதாவின் கண்களிலும் கண்ணீர் மெல்ல எட்டிப் பார்த்தது.

"சரி சரி போதும், ரொம்பத் தான் பீத்திப்பேளே உம்ம பொண்ணப்பத்தி. இனி ஆற வேலையப் பாருங்கோ. நாள் குறிக்கணும், இந்த வாரத்துல குல தெய்வம் கோயிலுக்கு போயிட்டு வந்துடலாம். நம்ம பரமேஸ்வரன் நாளைக்கு ஊர்லேந்து வந்துடுவான், அவன கார் எடுத்துண்டு வரச் சொல்லுங்கோ. நீயும் தான் டி, கல்யாணம் ஆகப் போறது, அங்கயும் இங்கயும் சுத்தாம நேரத்துல வீடு வந்தோமா கூட மாட சமயக்கட்டுல எனக்கு ஒத்தாசை பண்ணி கொஞ்சம் சமையலை கத்துண்டோமான்னு இரு..."

லலிதா அடுக்கிக் கொண்டே போனாள்.

ஜாஸ்மினுக்கும் திருமணம் நிச்சயம் ஆனது. இருவருக்கும் ஒரு மாத இடைவெளியில் திருமணம் இனிதே நடந்தேறியது. தம்பதி சகிதம் "ரெஸ்ட் இன் பீஸ்" மட்டும் அல்ல, இன்னும் பலவிதங்களில் சேவை செய்து அர்த்தமுள்ள ஒரு வாழ்வை வாழ இரு தம்பதிகளும் தங்களை அர்ப்பணித்தனர்.

“கொரோனா பெருந்தொற்று மனிதனுக்குள் இருக்கும் கெட்ட குணங்களை மட்டும் வெளிக்கொண்டு வரவில்லை, பல மகத்தான மனிதர்களையும் உருவாக்கியது, சமூகத்திற்கு அடையாளம் காண்பித்தது. எவ்வித சுய நலமும் இல்லாமல், தன்னார்வலர்கள் பலர் பல்வேறு விதங்களில் பலருக்கு சேவை செய்தனர். பசித்தவர்களுக்கும், நோய் பாதித்தவர்களுக்கும் உணவு கொடுப்பதில் தொடங்கி, பிணங்களை

அடக்கம் செய்வது வரை எண்ணற்ற சேவைகள். அப்படி சேவை செய்த தாயுள்ளம் கொண்ட அனைவருக்கும் இந்தக் கதை அர்ப்பணம்."

ஆசிரியர் பற்றி

முனைவர் ச.விஜயவெங்கட்ராமன் சென்னை கிண்டி பொறி-யியல் கல்லூரியில் இளங்கலை (இயந்திரவியல்) பட்டமும், சிங்கப்பூர் தேசியப் பல்கலைக்கழகத்தில் ஆய்வுப் பட்டமும் (PhD) பெற்று தற்போது நியூ யார்க் பல்கலைக்கழகத்தில் இயந்திரவியல் மற்றும் உயிரிப் பொறியியல் துறைகளில் பேராசிரியராகப் பணிபுரிகிறார். தமிழ் மீது தீராக் காதல் கொண்டவர். பணிபுரியும் துறை வேறாயிருந்தாலும், இலக்-கியம் வேராயிருப்பதால் இந்தப் புத்தகம் விளைந்தது. ஆசி-ரியர் எழுதிய அறிவியல் கட்டுரைகள் ஆய்வுக் கட்டுரைகள் பல, ஆங்கிலத்தில் சர்வதேச இதழ்களில் பதிப்பிக்கப் பட்டி-ருந்தாலும், தமிழில் இது தான் ஆசிரியரின் முதல் புத்தகம்.

www.ingramcontent.com/pod-product-compliance
Lightning Source LLC
LaVergne TN
LVHW091109150826
845673LV00002B/762

* 9 7 9 8 8 9 2 7 7 3 5 2 2 *